D1680007

கோமதிராஜன் (1989)

தூத்துக்குடி மாவட்டம் இவரது சொந்த ஊர். தாய் முத்து கோமதி. தந்தை ஆண்டியப்பன். தாயின் மீதுள்ள மாளாத அன்பினால் மகாராஜன் என்னும் இயற்பெயரினை விடுத்து, கோமதிராஜன் என்னும் புனை பெயரினை சூடிக் கொண்டார். பள்ளிப்படிப்பைத் தூத்துக்குடியிலும், இளநிலை பொறியியல் பட்டப்படிப்பை கோவையிலும், முதுநிலை பட்டப்படிப்பை சென்னையிலும் பயின்றவர். கல்லூரியில் பட்டம் பயிலும் காலத்தே, தமிழிலக்கிய வெளியில் தடம் பதிக்கும் முயற்சியில் தன்னை ஆட்படுத்திக் கொண்டவர். "கொஞ்சம் என்னோடு வாருங்கள்" என்னும் சுயமுன்னேற்ற கட்டுரைத் தொகுப்பும், "பிப்ரவரி13 +1" என்னும் புதுக்கவிதைத் தொகுப்பும் இவரது படைப்புகள். **தட்டழியும் சலதி** இவரது முதல் நாவல். தனியார் பள்ளியில் ஆசிரியராக பணிபுரியும் இவர், தற்சமயம் திருவள்ளூரில் வசித்து வருகிறார்.

தட்டழியும் சலதி

கோமதிராஜன்

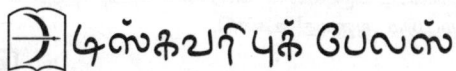
டிஸ்கவரி புக் பேலஸ்

#6, மஹாவீர் காம்ப்ளெக்ஸ், முனுசாமி சாலை,
(பாண்டிச்சேரி கெஸ்ட் ஹவுஸ் அருகில்)
கே.கே.நகர் மேற்கு, சென்னை-600 078.
பேச : 044 48557525, +91 87545 07070

தட்டழியும் சலதி
ஆசிரியர்: **கோமதிராஜன்**©

THATTAZIYUM SALATHI
Author: **Gomathirajan**©

Publisher : Discovery Book Palace
First Edition : February - 2021
ISBN : 978-93-89857-64-1
Pages : 160

Book Design : Discovery Team

Discovery Book Palace (P) Ltd,
6, Mahaveer Complex,
Munusamy Salai, K.K.Nagar West,
Chennai-600 078.
Ph: +91 - 44-4855 7525
Mobile: +91 87545 07070
E-mail: **discoverybookpalace@gmail.com,**
Website: **www.discoverybookpalace.com**

Rs. 160

இந்த நூலில் பிரசுரமாகியுள்ள எந்த ஒரு பகுதியையும் பதிப்பாளரின் எழுத்து பூர்வமான முன்அனுமதி பெறாமல் எடுத்தாள்வதோ, மறுபிரசுரம் செய்வதோ, மொழியாக்கம் செய்வதோ, அச்சு மற்றும் மின்னணு ஊடகங்களில் மறுபதிப்பு செய்வதோ, காப்புரிமைச் சட்டப்படி தடை செய்யப்பட்டுள்ளது. இந்த நூலிலிருந்து குறிப்பிட்ட பகுதிகளை மேற்கோள்காட்டி புத்தக விமர்சனம் செய்ய, ஊடகங்களுக்கு மட்டும் அனுமதி உண்டு.

உங்கள் மொபைல் போனிலிருந்து ஸ்கேன் செய்து டிஸ்கவரி புக் பேலஸின் மொபைல் ஆப்பை டவுன்லோடு செய்து, புத்தகங்களை வாங்குங்கள்.

"ஆத்ம தோழி"
ஸ்ரீ பிரியதர்ஷினிக்கு

நன்றி

திரு.நாஞ்சில் நாடன்

திரு.வேடியப்பன்

வீட்டுக்கார மாமா (எ) நாராயணன்

இராஜேஷ் (எ) ஆறுமுகம்

திருநாவுக்கரசு

ஷண்முக வடிவு

நியூட்டன்

மாலதி

சுயம் மீட்டெடுத்தல்

ஏழு ஆண்டுகளுக்கு மேலாக வாசிப்பும் குறைந்து, எழுத்தும் மறந்து சுயத்தைத் தொலைத்து சுற்றித் திரிந்தவனை ஸ்ரீப்ரியாதான் வாசிப்பின் பக்கமும், எழுத்தின் திசையிலும் மீண்டும் கைபிடித்து அழைத்து வந்தாள். எனினும் எழுத வேண்டும் என்கின்ற எந்த எண்ணமும் என்னுள் எழவேயில்லை. பின்னொருநாள் பொழுதில், அலைபேசியில் பேசிய அரசு, "ஏம்ல, இப்போ எழுத மாட்டிக்குற" எனக் கேள்வி எழுப்பினான். நான் ஏதேதோ சால்ஜாப்பு சொல்லி சமாளிக்க, "சும்மா போல...." என வசைபாடி, எப்பொழுதோ நான் கூறிய கதைகளுக்கான ஒன்லைனையும், தலைப்புகளையும் அச்சு பிசகாமல் அப்படியே கூறினான். நான் திகைத்துப் போனேன். மேலும், என்னால் எழுத முடியும் என்ற நம்பிக்கையை எனக்கு அளித்தான். நண்பன் நியூட்டனுக்கு அழைத்து அரசுவின் வார்த்தைகளைக் கூற, அவனும் அவற்றை ஆமோதித்தான். நியூட்டன் மற்றும் அரசுவின் ஊக்கம் நிறைந்த வார்த்தைகளே இந்த படைப்பிற்கான முதற்புள்ளி. "தட்டழியும் சலதி"க்கான விதை எப்பொழுது எனக்குள் விழுந்தது என்பதை என்னால் சரிவர கூற இயலவில்லை. ஒருவேளை நான் பத்திரகாளி அம்மன் கோவில் தெருவில் வசித்து, பள்ளி பயின்ற காலமாக இருக்கலாம் என்று தோன்றுகிறது. ஆனந்தஜோதி டீச்சரும், சுமங்கலி சூப்பர் மார்க்கெட்டும், திலகத்து ஆச்சியும், ஹார்பர் பீச்சும், செல்வம் அண்ணன் கடையும், ஜாய் மேடமும், ஜாஸ்மின் நைட்கிளப்பும், ஜெரால்டும், முத்தம்மா பெரியம்மையும், மாரி அண்ணனும், முத்து அண்ணனும் இங்கு பரமனாக, அறம்வளர்த்தாளாக, சம்பந்தமாக, லவ்லினாக, திலகமாக,

மதுசூதனனாக, நெல்லையப்பனாக உருமாறுகிறார்கள். மனித வாழ்வின் தேவை மற்றும் மனித மனதின் விருப்பம் என்னும் இரண்டு படிமங்களுக்கு இடையேயான போராட்டம் தான் இந்த படைப்பின் பாடு பொருள். யாமறிந்த வரையில் அந்த பாடு பொருள் சரிவர பேசப்பட்டுள்ளது என நினைக்கின்றேன்.

இது எனது முதல் நாவல். முதலில் இது நாவல் என்னும் கோட்பாட்டுக்குள் சரிவர அமையப்பெறுகிறதா? என்பதை யானறியேன். முயன்று பார்த்திருக்கின்றேன். முயற்சி கைவரப் பெற்றிருந்தாலும், கைநழுவிப் போயிருந்தாலும் இந்த அனுபவம் எமக்கு நிறைவு தருகின்றது. இந்நாவலை வெளிக்கொணர பதிப்பகம் தேடி தட்டழிந்த போது வழி காட்டிய 'ஐயா' நாஞ்சில் நாடன் அவர்களுக்கும், இதனைப் பதிப்பிக்க முன் வந்த அண்ணன் வேடியப்பன் அவர்களுக்கும் நன்றிகள் பல.

திருவள்ளூர்
நட்புடன்

12.03.2021
கோமதிராஜன்

1

“வெள்ளாளன் போன எடமும், வெள்ளாடு போன எடமும் வெட்ட வெளினு சும்மாவா சொன்னாங்க. இப்படி வருமானமே இல்லாமக் கெடந்து லோல்படுறதுக்கு, என்ன மயித்துக்கு அந்த மண்ணாப்போன யாவாரம். இழுத்து மூடிட்டு நிம்மதியா இருக்கலாம். வேற எதாவது வேலைக்குப் போங்கன்னு சொன்னாலும் கேக்கறதில்ல. பெருசா முதலாளிங்கிறப் பவுசுதான் மிச்சம்”

புலம்பிக்கொண்டே அடுப்படியில் இருந்து, பட்டாளையில் அமர்ந்து சாப்பிட்டுக்கொண்டிருந்த கணவனின் தட்டில் முழு உளுந்து தோசையை வைத்தாள்.

“எள்ளுப்பொடிக் கொண்டா”

“எள்ளுப்பொடிலாம் காலி. வேணும்னா தொவயலைத் தொட்டுத் தின்னுங்க. இல்லாட்டி எந்திருச்சு கையைக் கழுவுங்க.”

“இன்னொரு தோசை கொஞ்சம் கனமா ஊத்து...”

கணவனை முறைத்துக்கொண்டே அடுப்படிக்குச் சென்றாள்.

இது தினமும் நிகழ்வதுதான். அர்ச்சனையும், பூசையும் இல்லாத கோவில் உண்டா? பரமன் இவற்றையெல்லாம் காதில் போட்டுக்கொள்வதே இல்லை.

‘பத்து வீட்டுக் காம்பவுண்ட்’ என்றால் மேலூர் வடக்கு ரத வீதியில் தெரியாதவர் எவரும் கிடையாது. இருப்பது என்னவோ மொத்தமாக பதின்மூன்று வீடுகள். ஆனால், பெயர் மட்டும் பத்து வீட்டுக் காம்பவுண்ட்.

நான்காவது வீடு பரமனின் வீடு, இல்லை... அறம்வளர்த்தாளின் வீடு. சின்ன தார்சா. அடுத்தது நடுத்தரமான பட்டார்சா. அதைத் தொடர்ந்து அடுக்களை. அடுக்களைக்குப் பின்னால் புறவாசல். புறவாசலில் ஒரு கக்கூஸ். கக்கூஸை ஒட்டி ஒரு அடி பம்பு.

அடி பம்பு மாதம் இருமுறை ரிப்பேர் ஆகிவிடும். கக்கூஸில் கொண்டி உடைந்து ஆறு மாதத்திற்கு மேல் ஆகியிருந்தது. தார்சாவில் இருந்து மரப் படிக்கட்டில் ஏறிச் சென்றால், மச்சில் சின்னதாக ஒரு அறை. ஐந்து பேருக்கு போதுமானதாக இல்லை.

பஸ் ஸ்டாண்டுப் பக்கம் மெயின் பஜாரில் கடையை வைத்துக் கொண்டு இங்கு வசிப்பதற்கு, பரமனுக்குச் சுத்தமாக விருப்பம் இல்லை. வாடகை இல்லை என்கின்ற காரணத்தால் முன்னும், பின்னும் பொத்திக்கொண்டு அமைதியாக இருந்தான். இந்த வீட்டை நல்ல விலைக்கு விற்றுவிட்டு மேற்கே டுவிபுரத்திற்கோ அல்லது மில்லர்புரத்திற்கோ தனி வீடு வாங்கி குடி புகவே அவன் விரும்பினான்.

அறம்வளர்த்தாளைப் பொறுத்த மட்டிலும் இந்த வீட்டை விட்டுச் செல்லும் எண்ணமே அவளுக்குத் தோன்றுவதில்லை. சிவன் கோவில், பத்திரகாளியம்மன் கோவில், சாரா நர்சிங் ஹோம், இரம்யா மெடிக்கல்ஸ், செல்லையா பலசரக்குக் கடை என சகல வசதிகளும் அருகிலேயே இருந்தன. சி.எம். ஸ்கூல், விக்டோரியா கேர்ள்ஸ் ஸ்கூல், ஸ்டார் மெட்ரிகுலேஷன் ஸ்கூல் என ஒன்றுக்கு மூன்று பள்ளிகள், நடந்து செல்லும் தூரத்திலேயே இருந்தன. பிள்ளைகளின் படிப்புக்கு அது மிகவும் வசதியாகவே இருந்தது. இவை எல்லாவற்றையும் விட பங்களாத் தெருவில் வசிக்கும் தாத்தாவை அவள் சென்றுப் பார்ப்பதற்கும், தாத்தா அவளை வந்து பார்ப்பதற்கும் சௌகரியமாக இருந்தது.

“பெரியவனுக்கு டிப்ளமோ ரிசல்ட் வந்து, அவன் கவுன் சிலிங்க் அப்ளைப் பண்ணியிருக்கான். காலேஜ சேர்க்க பணம் ஏற்பாடு பண்ணனும். சம்பந்தம் போன வருஷமே ஒழுங்கா படிக்கல. அவன ஒரு நல்ல டியூசனாப் பார்த்து சேர்க்கணும். தெலகம் எப்ப வேணாலும் சமஞ்சிருவா. இது ஏதாவது இந்த மனுசனுக்கு தெரியுதா. கையில பத்து பைசா இல்ல. எல்லாத்துக்கும் தாத்தாகிட்டப் போய் நின்னா நல்லாவா இருக்கு..?” -தனக்குத்தானே புலம்பிக்கொண்டு புறவாசலில் உட்கார்ந்து ஏனங்களைக் கழுவிக்கொண்டிருந்தாள்.

பரமன் சாரத்தை எடுத்து உடுத்திக் கட்டிலில் அமர்ந்தான். ஒழித்துப் போட்ட ஏனங்களை எல்லாம் கழுவிக் கவுத்தி விட்டு வந்தவளை “அறம்வளர்த்தா ஒரு நிமிசம் இங்கன உட்காரேன்” என்று கைபிடித்து இழுத்து அமர்த்தினான்.

“விடுங்க...”

“உன்கிட்ட ஒரு விசயம் பேசணும்...”

“என்ன விசயம்..? சீக்கிரம் சொல்லுங்க. எனக்கு உறக்கம் வருது.”

வீட்டை விற்பதைப் பற்றி முதலில் பேசினால் வில்லங்கம் வரும் என யோசித்துப் பேச்சை வேறு விதமாக ஆரம்பித்தான்.

“இன்னைக்கு ஆளு ஒரு மார்க்கமா இருக்க...”

“ஐயே... கையை எடுங்க”

“ரொம்பத்தான் கொணட்டுரிய...”

“பிள்ளைங்க முழிக்கப் போகுது”

“முழிச்சாப் பாத்துக்கிடலாம்.”

அவன் அவளை அணைத்தான்... அவளும் இசைந்தாள்.

“ஏதோ விசயம்னு சொன்னீக. அது இதுதானாக்கும்..?”

“ஒன்னுமில்ல. திருநாவுக்கரச ஆள கீளப் பிடிச்சு ஸ்டெர்லைட்டுல, தெர்மல்ல இல்ல செயின்ட் ஜான் மாதிரி ஷிப்பிங் கம்பெனியில வேலைக்குச் சேர்த்திடுவோம். சம்பந்தத்துக்கு படிப்பு வரமாட்டேங்குது. ஸ்கூல் பீஸும் மாசா மாசம் கட்ட முடியல. பேசாம கவெர்மெண்டு ஸ்கூலுக்கு மாத்திடுவோம்...”

அவள் ஒன்றும் பேசாது எழுந்து செல்ல முற்பட்டாள்.

“ஏட்டீ, உன்கிட்டதான பேசுதேன். ஒன்னும் சொல்லாம போனா என்ன அர்த்தம்?”

அவள், அவனின் பேச்சைக் கண்டுகொள்ளவில்லை. ஆலங்கால் பலகையில் இருந்து தலையணையை எடுக்கப் போனாள்.

“அப்ப இந்த வீட்டையாவது உங்க தாத்தாக்கிட்ட சொல்லி வித்து ரூவா வாங்கிக் கொடு.”

“நீ எல்லாம் ஒரு ஆம்பள. பெத்தப் பிள்ளைகளைப் படிக்க வைக்கத் துப்பில்லை. வேலைக்கு அனுப்புவோம், கவெர்மெண்டு ஸ்கூலுக்கு மாத்துவோம்னு சொல்லுத. ஒனக்கு வெக்கமா இல்ல..?”

“ஏட்டீ, என்ன வாய் ரொம்ப நீளுது...”

“அப்படித் தாம்லே சொல்லுவேன்”

தலைமயிரைக் கொத்தாகப் பிடித்து அடிக்க கை ஓங்கினான். அவள் திமிறினாள். இரண்டு அடிகள் கன்னத்தில் விழ, மார்பில்

கை வைத்து அவனை கீழே தள்ளினாள். இதை எதிர்பார்க்காத பரமன் சுவரோரம் போய் விழுந்தான். வேகமாக அடுப்படிக்குச் சென்று அரிவாள்மனையைத் தேடினாள். காணவில்லை. கண்ணில் பட்டது என்னவோ திருவலக்குத்திதான். அவனை நோக்கி ஓடி வந்தாள்.

"உன்னப் போயி எங்க தாத்தா எனக்கு கட்டி வச்சாகப் பாரு..."

அவன், அவளை ஏறிட்டுப் பார்த்தான்.

"அயோக்கியப் பய".

"அப்படி ஒன்னும் வேண்டா வெறுப்பா நீ இந்த அயோக்கியன் கூட குடும்பம் நடத்த வேண்டாம். விடுதலப் பத்திரம் கொடுத்துட்டு போ"

"நான் ஏம்ல போகணும். இது என்னோட வீடு. எங்க தாத்தா எனக்குக் கொடுத்தது. வேணும்னா நீ வீட்டை விட்டுப் போல. கையில இருந்த இருவத்தஞ்சு பவுனு தங்கச் சாமானையும் வித்துத் தின்னாச்சு. மிச்சம் இருக்குறது இந்த வீடு மட்டும் தான். இப்ப இதுவும் உன் கண்ண உறுத்துது...ம்?"

"ஆமா, வித்து தே... கிட்டயும், குடியிலையும் போட்டுத் தின்னேன் பாரு. எல்லாத்தையும் வித்து யாவாரம் தானடீ பண்ணுனேன்."

"யாவாரம் பண்ணுதேன், யாவாரம் பண்ணுதேன்னு அம்புட்டையும் அழிச்சதுதான் மிச்சம்"

"முடிவா என்னதான் சொல்லுத?"

"பேசாம கெழக்கக் கடல்ல போயி விழுந்து செத்துத் தொல. அதுதான் முடிவு. ஒரே ஒரு நாள் அழுதுத் தீர்த்துட்டு நானும் என் பிள்ளைகளும் நிம்மதியா இருப்போம். த்தூ..."

விரிப்பையும், தலையணையையும் தூக்கிக்கொண்டு மச்சுப் படி ஏறினாள்.

அருகில் கிடந்த குற்றாலத் துண்டை எடுத்து முகத்தைத் துடைத்தான். விளக்குப் பலகையில் மாலையில் ஏற்றி, குளிர வைத்த விளக்கின் கருகியத் திரியைப் பார்த்துக்கொண்டு அப்படியே தரையில் உட்கார்ந்தான். வீட்டில் அன்றாடம் சண்டை, சச்சரவுகள் நிகழ்வதுதான். ஏனோ இன்று அறம்வளர்த்தாளின் வார்த்தைகள் மிகவும் தடித்துப் போனது. மின்விசிறி ஓடிய போதும் காற்று உறைக்கவே இல்லை. பேசாமல் உறங்கச்

சென்று இருக்கலாம். எல்லாம் இன்று காலையில் கடையில் நடந்த நிகழ்வினால் வந்த வினை.

பரமனுக்கு உப்பு வியாபாரம். உப்பளங்களில் இருந்து உப்பைக் கொள்முதல் செய்து பெருநிறுவனங்களுக்கு லோடு ஏற்றி அனுப்புவது. வரும் வருமானத்தில் பாதிக்கு மேல் ஏஜெண்டுகளுக்கு கமிஷன் கொடுப்பதற்கும், லாரி செலவுக்குமே சரியாக இருந்தது. சொந்த லாரி இருந்தால் வருமானம் கூடும் என்றும், தொழிலை மேலும் விரிவுபடுத்தலாம் என்றும் எண்ணிக் கடன் வாங்கினான். முதல் ஐந்தாறு மாதங்களுக்கு எல்லாம் நன்றாகவே சென்றது. அதன் பிறகுதான் பிரச்னை தலை தூக்கியது. லாரிக்கான சர்வீஸ் மற்றும் டீசல் செலவு கையைக் கடித்தது. இது போதாது என டிரைவரும் சரி வர அமையவில்லை. கூடுதல் சம்பளத்திற்கு ட்ரைவரை வேலைக்கு அமர்த்த வேண்டியதாயிற்று. வருமானம் இல்லாத மழைக்காலத்திலும் டிரைவருக்கு பேட்டா, போனஸ் மற்றும் லாரி மெயின்டெனன்ஸ் என செலவு ஏற்பட்டது.

தொலைபேசியில் வந்த அழைப்பை மட்டுமே நம்பி முன்பணம் எதுவும் பெறாமல் மெட்ராஸுக்கு இரண்டு லோடு சரக்கை ‘கடனை உடனை’ வாங்கி அனுப்பி வைக்க, கேட்டவர் வேண்டாமென்று மறுத்துவிட்டார். வேறு வழியின்றி நட்டத்திற்குப் பொருளை விற்றான். அதில் ஏற்பட்ட அடி, இன்று வரை மீள முடியவில்லை. கடன் மேல் கடன் பெற்று வியாபாரத்தை நடத்தி, கடனுக்கு வட்டி கட்ட லாரியை விற்று... எஞ்சியது கடன் மட்டுமே.

வழக்கம் போல் இன்று காலையில் எழுந்து, குளித்து சிவன் கோவில் சென்று வந்து பத்து மணிக்கு கடையைத் திறந்தான். கல்லாவில் அமர்ந்திருக்க, எல்லா கடைகளுக்கும் பதினோரு மணிக்கு டீ கொண்டு வந்த சிறுவன் தனது கடையைத் தாண்டி செல்வதைப் பார்த்தான்.

“ஏல, இங்கன டீ குடுக்காமப் போற?”

“பழைய பாக்கி கொடுத்ததுக்கு அப்புறம் உங்க கடைக்கு டீ குடுத்தா போதும்னு சொல்லிட்டாரு.”

“யாரு?”

“வேற யாரு, முதலாளிதான்.”

பன்னிரெண்டு மணியளவில் கணேசன் வட்டி வசூலிக்க வந்தார்.

"வாங்க அண்ணாச்சி..."

"இதுல ஒன்னும் குறைச்சல் இல்ல. வட்டிகாசு தந்து மூணு மாசம் ஆகுது.."

"நான் என்ன வச்சுக்கிட்டா வம்பு பண்ணுதேன். லோடு போனாதான் நமக்கு ரூவா வரும்"

"அது உன் பிரச்னை டே"

"கோவப்படாதீக. டீ குடிக்கிறீகளா?"

அதெல்லாம் எதுவும் வேணாம். துட்ட எடு"

"இருங்க. நான் போய் டீ வாங்கிட்டு வாரேன்... கடை பையன் ஒரு வாரமா லீவு."

தெரு முக்கில் உள்ள கடைக்கு டீ வாங்கச் சென்றான். வெயில் தெறுக்கால் விடமாக கடுத்தது. புழுதிக் காற்று வீச, தெரு நெடுகிலும் தூசி பறந்தது. நினைத்தது போல் டீக்கடையில் கூட்டம் அதிகமாக இல்லை. பாயிடம் 'அதை இதை' சொல்லி டீயை வாங்கி கடைக்கு வந்தவனுக்கு அதிர்ச்சியாக இருந்தது. தர்மராஜும் வந்து அமர்ந்திருந்தார்.

"வாங்க தர்மராஜ் அண்ணே... வாங்க"

"அதான் நான் வாரா வாரம் வரனே, நீதான் கடையைப் பூட்டிட்டு போயிடுத."

மேஜை மீது டீ க்ளாஸை வைத்தான்.

"டீ குடிக்கிறீங்களா?"

"டீ எதுக்கு. என் ரூவா என்னாச்சு. எப்ப தரப் போற?"

"உங்களுக்கும் வட்டி தரலையா"- கணேசன்.

"வட்டி தாரான். அசலதான் ஆறு மாசத்துல தாரேன்னு சொல்லி வாங்கினான். வருசம் ரெண்டாச்சு. இன்னும் தந்த பாடில்ல.."

பரமனுக்கு என்ன சொல்லி சமாளிப்பது என்று தெரியவில்லை. பெரும்பாலும் தர்மராஜ், மதியமோ மாலையிலோதான் வருவார். அவர் வரும் நேரத்தில் கடையை அடைத்துவிட்டுச் சென்று விடுவான்.

"என்னடே, எனக்கு மட்டும்தான் பாக்கினு பார்த்தா. நீ ஊரு முழுக்க இந்தச் சோலிதான் பார்க்க போல"

"அப்படி எல்லாம் இல்ல அண்ணாச்சி..."

“என் ரூவா வராம நான் இன்னைக்கு இந்த இடத்தை விட்டுப் போ மாட்டேன்.”

“நானும்தான்” - கணேசன்

“யாவாரம் பண்ணுற இடம். நீங்க இப்படி பண்ணுனா எப்படி?”

“ஒன் யாவார மயிரு எல்லாம் எனக்குத் தேவையில்லை. எனக்குத் தேவை என்னோட துட்டு”

“மரியாதையா பேசுங்க”

“ஒனக்கு ரோசம் வருதா. அப்ப ஒழுங்கு மரியாதையா என் ரூவாவ எண்ணி கீழ வைல”

“தர முடியாது”

“தர முடியாதா..?”

“அதிக வட்டிதானே வாங்குதீக. அசல விட வட்டி அதிகமா கட்டியாச்சு. இனிமேல் தர முடியாது. அதையும் மீறி வம்பு பண்ணுனா நான் போலீஸ் கிட்ட கம்பிளைன்ட் குடுப்பேன்”.

“இது என்னடே பேச்சு. கொடுத்த காச கேட்டா போலீஸ் கிட்ட போவேன்னு சொல்லுத” - கணேசன்.

“எண்ணேன், நான் உங்ககிட்ட பேசல”.

“பேச்சுப் பு..........யா பேசுற”

தர்மராஜ் பரமனின் செவிட்டில் அறைந்தான். தட்டுத் தடுமாறி மேஜையில் மோதி கீழே விழுந்தான். வேட்டி அவிழ்ந்தது. அக்கம் பக்கத்துக் கடையினர் சத்தம் கேட்டு எட்டிப் பார்த்தனர்.

“ஒரு வாரம் டைம். அதுக்குள்ள என் பணம் கைக்கு வரலன்னு வையி, உன் வீட்டுக்கு வந்து பொண்டாட்டி புள்ளைங்க முன்னாடி மானத்தை வாங்கிருவேன். பாத்துக்க. ஒழுங்கா ரூவாயை ஏற்பாடு பண்ணுற வழியப் பாரு. இல்ல சந்தி சிரிச்சிடும்”

டீ க்ளாஸை எடுக்க வந்த சிறுவன் நடப்பதை வேடிக்கைப் பார்த்துக்கொண்டு நின்றான். பரமனுக்கு அவமானம் ஆளைக் கொன்றது.

எப்படியாவது இந்த வீட்டை விற்று கடனை அடைத்துவிட வேண்டும் என எண்ணினான். அறம்வளர்த்தாளிடம் நடந்ததைச் சொல்ல வெட்கமாக இருந்தது. ஒன்றை மறைக்க வேறொன்று

முளைக்கும் படியாகிவிட்டது. காலையில் நடந்ததை விட இப்பொழுது அவள் பேசிய வார்த்தைகளும், நடந்துகொண்ட விதமும்தான் அவமானத்தின் உச்சமாகத் தோன்றியது. கடனை அடைக்காவிட்டால் தர்மராஜ் நிச்சயம் வீட்டுக்கு வந்து ஆடுவான். அவன் மட்டுமல்ல. கடன் கொடுத்த எல்லாரும் வருவார்கள். உடன் இவளும் சேர்ந்து சாமி ஆடக்கூடும்.

எழுந்து கதவின் பின்னால் தொங்கவிட்ட சட்டையை எடுத்து அணிந்தான். மச்சுக்கு ஏறினான். ஓரத்தில் திருநாவுக்கரசும், அவனுக்கு அடுத்து திருஞானசம்பந்தமும் படுத்திருந்தனர். சம்பந்தத்திற்கு அடுத்து திலகவதியும் அவளுக்கு அடுத்து கடைசியில் அறம்வளர்த்தாளும் படுத்திருந்தார்கள். உறங்கிக் கொண்டிருந்த பிள்ளைகளின் முகத்தை உற்றுப் பார்த்தான். அழுகை வந்தது. அடக்கிக்கொண்டான். மச்சில் இருந்து இறங்கி வந்தவன், மாடாக்குழியில் இருந்து திருநீறு டப்பாவை எடுத்து நெற்றி நிறைய திருநீற்றை அள்ளிப் பூசினான். சத்தமில் லாமல் வாசல் கதவைத் திறந்து வெளியே வந்து, மெல்ல நடந்து காம்பவுண்ட் கதவைத் திறந்து தெருவாசலுக்கு வந்தான். நள்ளிரவைக் கடந்த இருள் கவிழ்ந்து விழத் தொடங்கியிருந்தது. வெறிச்சோடிக் கிடந்த தெருவை சுற்றும் முற்றும் பார்த்தான். எங்கோ தூரத்தில் நாய் ஊளையிடும் சத்தம் கேட்டது. வானெங்கும் விண்மீன் பரவிக் கிடந்தது. அசைவற்று நின்றது அம்புலி. காற்றின் வருகையை எதிர்நோக்கி இருந்தன தெருவோர மரக்கிளைகள். அவனின் உயிரின் உள்ளே பற்றிப் படர்ந்த புழுக்கம் ஊரெங்கிலும் பரவியிருந்தது. சாமுவேல் சைக்கிள் கடையைத் தாண்டி தெரு முக்கிற்கு வந்தான். ஆழ்வார் நைட் கிளப்பில் கடையை அடைப்பதற்கான அறிகுறிகள் தென்பட்டன. திரும்பிப் பார்க்கையில், தெரு விளக்கின் வெளிச்சத்தில் காம்பவுண்ட் வாசற்கதவு காற்றில் அசைவது போல் தெரிந்தது. பேசாமல் வீட்டிற்கே போய் விடலாமா எனத் தோன்ற 'கெழக்கக் கடல்ல போயி விழுந்து செத்துத் தொல' என்று அவன் காதில் ஒலித்தது.

பரமன் வேகமாக கடற்கரையை நோக்கி நடந்தான்.

தட்டழியும் சலதி

2

திருநாவுக்கரசுவுக்கு என்ன செய்வதென்றே தெரியவில்லை. ஆன மட்டிலும் எல்லா இடங்களிலும் தேடிப் பார்த்தாயிற்று. அப்பா வழக்கமாக செல்லும் எல்லா இடங்களுக்கும் சென்று பார்த்தான். சிவன்கோவில் வாசல், பெருமாள்கோவில் சன்னதி, டிஸ்கோ காபி பார், தேரடி, தெப்பக்குளம், இராசி கல்யாண மண்டபம் அருகிலுள்ள கார் ஸ்டாண்ட், திருஞானசம்பந்த மடம், பத்திரகாளி அம்மன் கோவில் உட்புறம், இரண்டாம் கேட் நடைபாதை, ஈஸ்வரமூர்த்தி லாரி செட். எங்கேயும் அப்பாவைக் காணவில்லை. எங்குதான் போயிருப்பார்?

பொழுது நன்றாக புலரும் முன்பாகவே விழிப்பு வந்துவிட்டது. எழுந்து புறவாசல் செல்வதற்கு மச்சில் இருந்து கீழிறங்கி வந்தான். லெட்டின் சென்று ஒன்னுக்கு இருந்துவிட்டு வந்தவன், வாசல் கதவுத் திறந்து கிடப்பதைப் பார்த்தான். மீண்டும் மச்சுக்கு ஏற ஆயாசமாக இருந்தது. வாசல் கதவைப் பூட்டிவிட்டுக் கட்டிலில் படுத்துக்கொண்டான். உறக்கம் வரவில்லை. அட்டைப் பெட்டி நிறைய இருக்கும் விளையாட்டு சாமான்களை கீழே கொட்டி, எல்லாவற்றையும் கடை பரத்தி விட்டு, இறுதியில் கிலு கிலுப்பையில் இருந்து அறுபட்டுக் கிடக்கும் ஒற்றை மணியை எடுத்து 'ஈ' என்று பல்லிளிக்கும் குழந்தையைப்போல் மனது ஏதேதோ எண்ணங்களை ஓடவிட்டு, முடிவில் கவுன்சிலிங்க் கனவில் வந்து நின்றது. திருநாவுக்கரசு பத்தாம் வகுப்புத் தேர்வில் பள்ளியில் முதல் மதிப்பெண் பெற்றான். பதினொன்றாம் மற்றும் பன்னிரெண்டாம் வகுப்பு முடித்து இன்ஜினியரிங்க் பயில்வதற்கே அவன் விரும்பினான். வீட்டிலோ பாலிடெக்னிக் சேருவதற்கே வற்புறுத்தினார்கள். வேறு வழியின்றி ஒப்புக்

கொண்டான். அதிலாவது பிடித்த துறை கிடைக்கும் என்று நினைத்தால், அதுவுமில்லை. மெக்கானிக்கல் இன்ஜினியரிங்க் ஆசைப்பட்டவனுக்கு இ.சி.இ. கிடைத்தது. திருநெல்வேலி சங்கர் பாலிடெக்னிக்கில் மெக்கானிக்கல் இன்ஜினியரிங்க் சீட் இருந்தது. போக்குவரத்து செலவைக் காரணம் காட்டியும், உள்ளூரில்தான் படிக்க வேண்டும் என்று சொல்லியும் தூத்துக்குடி கவர்மெண்ட் பாலிடெக்னிக்கில் இ.சி.இ. பிரிவில் சேர்த்துவிட்டார்கள். மூன்று ஆண்டுகள் கண்மூடித் திறப்பதற்குள் முடிந்துவிட்டது.

இறுதியாண்டில், கல்லூரிக்கு வந்த அப்பாவிடம் ஹச்.ஓ.டி. சொன்னார்.

“அடுத்து என்ன பண்ணலாமுன்னு உத்தேசம்?”

“வேலைக்கு அனுப்பலாம்னு நெனைக்கிறேன்”

“நல்லா படிக்கிறான். எப்படியும் இவன்தான் ஃபர்ஸ்ட் மார்க் வாங்குவான். மேற்கொண்டு இன்ஜினியரிங்க் படிக்க வைங்க.”

“அதுக்கில்ல... இவனுக்குப் பின்ன ரெண்டு பிள்ளைக இருக்கு. பொம்பளப் பிள்ளை இருக்கா. அதையும் பார்க்கணும். ரெண்டு, மூணு வருசம் போட்டும். பொறவு படிக்க வைக்கலாம்”

“சூட்டோட சூட்டா படிச்சாதான் படிச்ச படி. ரெண்டு வருசம், மூணு வருசம்னு கேப் விட்டுட்டோம், வருசம் மட்டும் தான் போகும், படிப்பு அவ்வளவுதான். லோன் எதாவது ஏற்பாடு பண்ணி படிக்க வச்சிருங்க.”

அப்பா ஒன்றும் பேசாது அமர்ந்திருந்தார்.

“ரிசல்ட் வந்ததும் கவுன்சிலிங்க் அப்ளை பண்ண சொல்லுங்க. கவர்மெண்ட் காலேஜ்ஜே அவன் மார்க்குக்குக் கிடைக்கும்.”

“சரிங்க சார்...”

“கண்டிப்பா படிக்க வைங்க. பெரிய ஆளா வருவான்.”

“நான் வாரேன் சார்.”

“ஓ.கே.போயிட்டு வாங்க.”

இந்த வாரத்தில் அல்லது அடுத்த வாரத்தில் கவுன்சிலிங் கால் லெட்டர் வரும் என்று எதிர்பார்த்துக்கொண்டிருந்தான். எதை எதையோ எண்ணிக்கொண்டு அப்படியே கண்ணுறங்கிப் போனான்.

கோலம் போடுவதற்கு எழுந்து கீழே வந்த அறம்வளர்த்தாள் கோபால் பல்பொடியையும், உமிக்கரியையும் கலந்து பல்லைத்

தேய்த்து அங்கணாக்குழியில் வாயைக் கொப்பளித்தாள். புறவாசல் சென்றுவிட்டு, ஈக்கு வாரியல் எடுத்து வந்து வாசலைத் தூத்துத் தெளித்தாள். தெருவாசல் தெளிப்பு இந்த மாதம் ஏழாவது வீட்டு முறை. கோலம் போட்டுவிட்டு உள்ளே வந்தவள், கட்டிலில் இழுத்துப் போர்த்திக்கொண்டு உறங்குவதைக் கண்டும் காணாது சென்றாள். இரவில் நடந்த சண்டை நினைவுக்கு வந்தது. இராச் சண்டையில் கொஞ்சம் அதிகமாகப் பேசிவிட்டோம் என எண்ணிக்கொண்டாள். கடுங்காபியைப் போட்டு வந்து, ஸ்டூலை இழுத்துத் தலைமாட்டில் காபி டம்ளரை வைத்தாள்.

"ஏங்க, எழுந்திரீங்க..."

"............................"

"விடிஞ்சிருச்சு."

"......................"

"உங்களைத்தான்..."

போர்வையை விலக்கினாள்.

"எம்மா இன்னும் கொஞ்சநேரம் தூங்குறனே."

"ஏல, நீயா படுத்து கெடக்க. அப்பாவ எங்க?"

"தெரியல..."

அறம்வளர்த்தாளுக்கு 'ச்சீ' என்று இருந்தது. அரசுவை சிறிது நேரம் உற்றுப் பார்த்தாள். முகத்தில் அரும்பு மீசையெல்லாம் மறைந்து, பார்ப்பதற்கு பெரிய ஆள்போல இருந்தான். கணவனை விடவும் நன்கு வளர்ந்துவிட்டான். குழந்தை முகம் எல்லாம் எப்பொழுதோ மறைந்துவிட்டது. நல்ல களையான முகம். நிறமும் சின்னவனைவிட சிறிது கூடத்தான். இன்னும் ஐந்தாறு ஆண்டுகளில் திருமணமே செய்து வைக்கலாம். பின் ஒரு வருடத்தில் பிள்ளையைப் பெற்றான் என்றால், தான் ஆச்சியாக வேண்டியதுதான். அவளுக்கு சிரிப்பானியாக வந்தது.

ஆச்சியின் வற்புறுத்தலால் தாத்தா அவளுக்குப் பத்தொன்பது வயதிலேயே திருமணம் செய்து வைத்துவிட்டார். ஓராண்டில் மூத்தவன் அரசுப் பிறந்தான். இரண்டு ஆண்டுகள் கழித்து இளையவன் சம்பந்தம். அடுத்த ஓராண்டில் பெண்பிள்ளை, திலகம். சம்பந்தம் இந்த வருடம் பத்தாம் வகுப்பு. திலகமோ ஒன்பதாம் வகுப்பு. மூன்று பிள்ளைகளையும் மெட்ரிகுலேஷன் பள்ளியில்தான் முதலில் சேர்த்தனர். ஃபீஸ் கட்ட முடியவில்லை என்பதாலும், பெண் பிள்ளை என்கின்ற காரணத்தாலும்

திலகவதி 'விக்டோரியா கேள்ஸ்' ஸ்கூலுக்கு மாற்றப்பட்டாள். படிப்பில் மூத்தவன்தான் கெட்டி. சம்பந்தத்திற்கு படிப்பும் வருவதில்லை, சேட்டையும் தாளவில்லை. அப்படியே அப்பன் புத்தி. எல்லோரையும் விடத் திலகவதி தான் மிகவும் திறமைசாலி. படிப்பு போதுமானதாகவே இருந்தது. நினைத்ததை சாதிக்கும் குணம். சூழ்நிலைக்குத் தகுந்தாற்போல் மாறிக்கொள்வது என எல்லாவற்றிலும் சுட்டி.

பக்கத்து வீட்டு பாக்கியத்து ஆச்சி, கேட்டாள்

"தெலகம், நீ படிச்சு என்னவாகப் போற?"

"நான் டாக்டர் ஆயிடுவேன்"

"அதுக்குலாம் ரொம்ப செலவாகுமில்ல. உங்க அப்பன் கிட்ட ஏது அவ்வளவுத் துட்டு?"

"நான் ட்வெல்த் க்ளாஸ் முடிக்கிறதுக்குள்ள அரசு அண்ணன் வேலைக்குப் போயிருவாம்லா. அவன் என்னையப் படிக்க வைப்பான்."

பாக்கியத்தம்மாள் இவளின் பேச்சைக் கேட்டு அந்தப் பொக்கை வாயைக் காட்டிக்கொண்டே" அறம்வளர்த்தா, தெலகம் அப்படியே உங்க அம்மை மாதிரியே பேசுறா" என்று சொன்னாள்.

மேலிருந்து சம்பந்தமும், திலகமும் கீழிறங்கி வந்தார்கள். காபி டம்ளரை எடுத்து சம்பந்தம் குடித்தான்.

"எம்மா, சம்பந்தத்தைப் பாரு. பல்லுத் தேய்க்காம காபிக் குடிக்கான்"

"காலையிலேயே ஆரம்பிச்சாச்சா..?"

அடுத்தடுத்து வேலை சரியாக இருந்தது. வேலையினூடே மூழ்கியதால் கணவனைப் பற்றி மறந்து போனாள். காலை சாப்பாட்டை முடித்து மணியைப் பார்த்தாள். ஒன்பது ஆகி யிருந்தது. அதன் பிறகுதான் கணவனைப் பற்றிய நினைவு மட்டுப்பட்டது.

"எக்கா"

"யாரு" என்று கேட்டுக்கொண்டே வாசலுக்கு வந்தாள்.

"கேபிள் டி.வி."

"நாளைக்கு வாங்க"

"நெதம், இதத்தான் சொல்லுதீக."

“ஏல அரசு”

“என்னம்மா”

“அப்பா அங்கன எங்கயாவது நிப்பா, அவுகள கையோட கூட்டிட்டு வா”

“இரு போறேன்”

“சீக்கிரம் போ”

“சரி”

டவுசரைக் கழட்டி பேண்ட்டையும், டீசர்ட்டையும் அணிந்து கொண்டு புறப்பட்டான்.

“நீ பாட்டுக்கு காபிக் கடையில மட்டும் பாத்துட்டு வந்துராத. மணி ஒன்பதாச்சு கோயில் வாசலு, லாரி செட்டுனு நிப்பாக. கூட்டிட்டு வா”

வீட்டு வாசலில் உட்கார்ந்து பாக்கியத்து ஆச்சி சுளவில் எதையோ புடைத்துக் கொண்டிருந்தாள். மந்திரம் மாமா சைக்கிளின் செயினைக் கழட்டி ரிப்பேர் பார்த்துக் கொண்டிருக்க, வள்ளி அத்தை கீரையில் குப்பை பார்த்துக்கொண்டிருந்தாள். ‘காரசேவு தாத்தா’ தலையில் ஓலைப் பெட்டியை சுமந்து கொண்டு இனிப்பு சேவு, காரசேவு, மிச்சர், ஓமப்பொடி’ என்று கூறிக்கொண்டே செல்லும் சத்தம் தெருவாசலில் கேட்டது. தெருவாசலில் அவன் இறங்கிய போது, இரவி மெல்ல வெயிலின் உக்கிரத்தை செஞ்சுடரென உருமாற்றத் தொடங்கியது.

திருநாவுக்கரசுவும், பங்களாத் தெரு தாத்தாவும் வந்த போது காம்பவுண்டில் கூட்டம் கூடியிருந்தது. அறம்வளர்த்தாள் வீட்டு வாசலில் உட்கார்ந்து அழுது கொண்டு இருந்தாள்.

தாத்தாவைக் கண்டதும் கூட்டம் ஒதுங்கியது.

“தாத்தா... நான் தப்புப் பண்ணிட்டனே”

“என்னாச்சு அறம்வளர்த்தா? ஏன் இப்பிடி அழுவுற?”

“நீ அழுகாத...”-பாக்கியத்தம்மாள்.

“முதல்ல எழுந்திரிச்சு நீ வீட்டுக்குள்ள வா. எல்லாரும் போங்க. நான் பார்த்துக்கிடுறேன்.”

அவளை வீட்டினுள் அழைத்துக் கட்டிலில் அமர்த்தி ஆசுவாசப்படுத்தினார்.

“அரசு, அம்மைக்குத் தண்ணீ கொண்டு வா..”

அவன் ஓடிச்சென்று தண்ணீர் கொண்டுவந்து கொடுத்தான். அதை வாங்கி அவளிடம் நீட்டினார்.

“இந்தா இத குடி..”

“வேண்டாம்.”

“சொன்னாக் கேளு. அழுகுறத நிப்பாட்டு. முதல்ல தண்ணியக் குடி”

தண்ணீர் செம்பை கொடுத்துவிட்டு, அவள் கையிலிருந்த காகிதத்தை வாங்கினார்.

அன்புள்ள அறம்வளர்த்தாளுக்கு,

நான், என்னால் இயன்ற வரையில் குடும்பத்தையும், கடையையும் நன்றாகவே கவனித்து வந்தேன். என் தலையெழுத்து. நான் தொட்டது எல்லாமே மண்ணாய்ப் போகிறது. கடையை விரிவுபடுத்த நான் வாங்கிய கடன் தொகையின் அசலும், வட்டியும் என் கழுத்தை நெருக்குகிறது. அதனால் தான் உன்னிடம் அப்படி கேட்டேன். நீயோ என்னை மேலும் அவமானப்படுத்தி விட்டாய். பிள்ளைகளை நன்கு கவனித்துக் கொள். தாத்தா இருக்கும் தைரியத்திலேயே நான் இந்த முடிவைத் துணிந்து எடுக்கிறேன்.

இப்படிக்கு,

பரமன்

கடிதத்தை வாசித்துவிட்டு அவளைப் பார்த்தார். அவள் விசும்பல் சற்று குறைந்திருந்தது. எனினும், அவள் குழம்பிப் போயிருந்தாள். ஏதேனும் விபரீதம் ஏற்பட்டுவிடுமோ என பயந்தாள். திலகம் விளக்கின் அருகே அமர்ந்து எதையோ கையில் வைத்துப் பார்த்துக்கொண்டிருந்தாள். சம்பந்தம் இதை எதையும் கண்டுகொள்ளாமல் டி.வி. ரிமோட்டைத் தூக்கிப் போட்டு விளையாடிக்கொண்டிருந்தான். அரசு, தாத்தாவின் கையில் இருந்து கடிதத்தை வாங்கிப் படித்தான்.

அவள்தான் மீண்டும் பேச்சை ஆரம்பித்தாள்.

“தாத்தா, இப்ப என்ன பண்ணுறது?”

“நேத்து எதுவும் பிரச்னையா..? ரெண்டு பேரும் சண்டைப் போட்டீகளா?”

நடந்த எல்லாவற்றையும் தாத்தாவிடம் தெரிவித்தாள், கடலில் விழுந்து சாகச் சொன்னதைத் தவிர்த்து.

“ஒனக்கு கொஞ்சமாவது கூரு இருக்கா..?”

“ஏன் தாத்தா..?”

“சண்டப் போட்ட. அவனக் காணல. இந்த லெட்டர் கெடச்சா, அமைதியா படிச்சுட்டு என்னைக் கூப்பிட்டு விட வேண்டியதுதான. அத விட்டுட்டு, காம்பவுண்ட் முழுக்கக் கொட்டு அடிச்சிருக்க”

அவள் மீண்டும் விசும்பத் தொடங்கினாள்.

“வீட்டுச் சத்தம் வெளியில கேக்காம வாழுற வரைக்கும்தான் மரியாத. நீ காம்பவுண்ட் முழுக்க இன்னைக்குக் கொட்டடிச்சா, நாளைக்குத் தெரு முழுக்கத் தெரிஞ்சுரும்”

“நான் வேணும்னு செய்யல. இப்ப அவுகள எப்படித் தேடுறது? தப்பா எதுவும் முடிவு எடுத்திருந்தா, என்ன பண்ணுறது”

“அதெல்லாம் ஒன்னும் நடக்காது. அவனப் பத்தி எனக்கு நல்லாத் தெரியும். குண்டிக் காஞ்சா நேரே வீட்டுக்குத்தான் வருவான். நீ உளறாத”.

“எனக்கு ரொம்ப பயமா இருக்குது”

“அந்த பேச்ச விடு. பிள்ளைகளுக்கு எப்ப பள்ளிக்கூடம் திறக்குது?”

“அடுத்த திங்கள்...”

“பீஸ் எல்லாம் கட்டியாச்சா?”

“சின்னதுகளுக்கு பணம் கட்டியாச்சு. இவனுக்குத்தான் காலேஜ்க்கு ரூவாப் பெரட்டணும்.”

“உனக்கு காலேஜ் பீஸ் எப்படே கட்டணும்?”

“எனக்கு கவுன்சிலிங்க் கால் லெட்டர் அடுத்த வாரத்துல வரும்னு நெனைக்கிறேன்...”

“எவ்வளவு பணம் கட்ட வேண்டியது வரும்?”

“அது தெரியல. எப்படியும் கவர்மெண்ட் காலேஜ் கிடைச்சிரும். அதனால பீஸ் கம்மியாதான் வரும்.”

“நான் வெளிய போயிட்டு வாரேன். நீ அமைதியாயிரு. அவன் வந்துருவான். பயப்படாத...”

“இருங்க காபி கொண்டு வாரேன்.”

“இருக்கட்டும்”

“குடிச்சுட்டுப் போங்க.”

அவள் எழுந்து அடுப்படிக்குள் சென்றாள்.

"ஏல அரசு. இங்க வா"

அடுப்படியில் இருந்து குரல் கொடுத்தாள். அவன் சென்றான்.

"தாத்தா போனதும், நீ கெழக்கப் பீச்சு பக்கம் போயி அப்பா இருக்காகளான்னு பாத்துட்டு வா"

"அப்பா எதுக்கு பீச்சுக்குப் போறா?"

"சொன்னா சரின்னு கேளுல. அந்த கோட்டிக்கார மனுசன், எதையாவது, ஒன்னு கெடக்க ஒன்னு செஞ்சுத் தொலச்சாருன்னா யாரு சீரழியிறது?"

அவன் பதிலேதும் கூறாது, கவுந்துக் கிடந்த சருவச்சட்டியை வெறித்துப் பார்த்தான்.

தாத்தா காபியைக் குடித்துவிட்டு எழுந்துகொண்டார். அரசுவும் உடன் கிளம்பினான்.

"நீ, எங்க வாற?"

"தொணைக்கு..."

"ஒரு தொணையும் வேண்டாம். நீ வீட்டுல இரு"

தாத்தா காம்பவுண்ட் வாசலைக் கடந்து செல்வதைப் பார்த்துக்கொண்டிருந்தான். ஆவுடைநாயகம் தனது கையில் இருந்த கடிதத்தை மடித்து பத்திரமாக வைத்துக்கொண்டு சௌத் போலீஸ் ஸ்டேஷனை நோக்கிச் செல்ல, திருநாவுக்கரசு கடற்கரைக்குச் செல்ல ஆயத்தமானான்.

3

அலைகள் இன்றி அமைதியாய்க் கிடந்தது கடல். கண் காணும் தொலைவு வரையில் நீலச்சாயம் பூசி விரிந்து பரந்த கடலை இமைக்க மறந்து பார்த்துக்கொண்டிருந்தான். கைகள் கடற்கரை மணலைத் தானாக அள்ளுவதும், கொட்டுவதுமாக இருந்தது. இந்தக் கடல் ஏன், எப்பொழுதும் தட்டழிந்து கொண்டே இருக்கின்றது. கடலைப் பார்க்கும் போதெல்லாம் எவ்வளவு வியப்பு ஏற்படுகின்றதோ அதை விடவும் பாவமாக உள்ளது. எதையோ தொலைத்துவிட்டு, வேறு எதையோ கதறி அழுது கொண்டுத் தேடும் குழந்தையைப் பார்க்கும்போது ஏற்படுமே ஓர் அங்கலாய்ப்பு, அதுபோல. தெருவில் பாப்ப கலாவைப் பார்க்கும்போது தோன்றுமே, அந்தப் பரிதாப உணர்ச்சி.

பாப்ப கலா எதனால் அப்படி ஆனான்? யாருக்கும் தெரிவதில்லை. திலகத்துக்குப் பாப்ப கலா என்றாலே பயம்தான். கடலைப் பார்த்தும் பயப்படத்தான் செய்வாள். எனக்குப் பரிதாபம். அவளுக்குப் பயம். சம்பந்தம் கடலைப் பார்த்தால் 'கெக்க பெக்க' என்று சிரிப்பான். எப்படித்தான் இந்த கடலைப் பார்த்து அவனுக்கு சிரிக்கத் தோன்றுகிறதோ?

எனக்குப் பெரும்பாலும் அழுகைதான் வரும். அம்மா அழுவதையோ, திலகம் அழுவதையோ பார்த்தால் என்னை அறியாமல் கண்ணில் நீர் மல்குமே, அதைப் போன்று இந்த கடலைப் பார்த்தாலும் அழத்தான் தோன்றுகிறது. பல்லா யிரம் ஆண்டுகளாக இந்தக் கடலும் அழுது கொண்டுதானே

உள்ளது. எவர் இதன் அழுகையை நிறுத்த முற்பட்டார்..? முதலில் எவர் இதன் அழுகையை உணர்ந்து கொண்டார்..? வேகமெடுத்து சீற்றங்கொண்டு எழுந்த கடல் அலைகளைப் பார்த்து அவனுக்கு அழுகை வந்தது. “ஓ’வென்று கதறி அழ வேண்டும்போல் இருந்தது. அழுதுத் தீர்த்தாலும், இழந்தவைகள் கிடைத்துவிடுமா என்ன?

பால்யம் தொட்டு இழந்தவைகளின் எண்ணிக்கை எத்தனை உள்ளது. அவற்றின் வரிசையில் இப்பொழுது இந்த கவுன்சிலிங்க் கனவும் வந்து இடம்பிடித்துக் கொண்டது. அம்மாவுக்கு கடலைப் பார்த்தால் என்ன எண்ணம் தோன்றும்..? தவிப்பு, ஆச்சரியம், கவலை, துக்கம், இன்பம், வெறுப்பு, விரக்தி, ஈர்ப்பு, வலி, அவா, பற்று, சலிப்பு, பரிவு, கோபம், எதிர்பார்ப்பு...

அம்மாவுக்கு கடலைப் பார்த்தால் எரிச்சல்தான் வரும். அப்பாவைப் பார்த்தவுடன் வருமே அந்த எரிச்சல். அம்மாவுக்கு எதனால் அப்பாவைப் பிடிப்பதேயில்லை? அப்பா எங்குதான் சென்றார்? அம்மா எதற்காக அன்று கடற்கரையில் சென்று தேடச் சொன்னாள்? ஒரு வேளை அப்பா கடலில் விழுந்து தற்கொலை செய்துகொண்டிருப்பாரோ? எதுவும் புலப்படவில்லை.

அன்று ரோச் பீச், ஹார்பர் பீச் என எல்லா இடங்களிலும் தந்தையைத் தேடிப் பார்த்தான். எங்கும் பரமன் தென்படவில்லை. மீண்டும் வீட்டிற்கே வந்தான். பத்து நாட்கள் இப்படியும், அப்படியுமாக கழிந்தது. முன்பெல்லாம் வாரம் இருமுறை மட்டும் வீட்டிற்கு வருகை புரியும் தாத்தா, இப்பொழுது நாள் தவறாமல் வரத் தொடங்கினார். சம்பந்தத்திற்கும், திலகத்திற்கும் பள்ளி திறந்தது. அன்றாடம் அவர்களுக்கு மதிய உணவு கொண்டு செல்வது ஒரு பணியாயிற்று.

அப்படி ஒருநாள் அவர்களுக்கு உணவை வழங்கி விட்டு ‘வி.ஜி.எஸ்’. ஸ்கூல் முக்கில் வரும் வழியில், இராஜபிள்ளை முடுக்கில் இருந்து வந்துகொண்டிருந்த ஈஸ்வரன் சித்தப்பாவைப் பார்த்தான். மனிதர் பேச்சில் ஏதேனும் வம்பிழுக்கக் கூடும் எனக் கண்டு கொள்ளாததுபோல் வேகமாக நடந்தான். இரம்யா மெடிக்கலைக் கடக்கும் முன் வசமாகப் பார்த்துவிட்டு, “ஏய் அரசு..” என்றார். இவன் காதில் ஒன்றும் கேட்காததுபோல் நடந்தான். அவர் விருட்டென்று வந்து கையைப் பிடித்தார்.

“என்னடே அவசரமா எங்க போற?”

“தங்கச்சிக்கு சாப்பாடு குடுத்துட்டு வாரேன்.”

“நான் கேள்விப்பட்டது எல்லாம் நெசம்தானா டே?”

“என்ன கேள்விப்பட்டீங்க?”

“உங்க அப்பா எங்கனயோ ஓடிப் போயிட்டாராமே?”

“.........................”

அங்கிருந்து என்ன சொல்லித் தப்பிக்கலாம் என அவன் யோசித்தான்.

“அத விடு. நீ இப்போ என்ன பண்ணுத?”

“டிப்ளமோ முடிச்சிருக்கேன். இன்ஜினியரிங்க் கவுன்சிலிங்க் அப்ளைப் பண்ணிருக்கேன்...”

“டிப்ளமோ கவுன்சிலிங்க்கா? காரைக்குடியிலதான நடக்குது.”

“ஆமா”

“அது ஓ.சி.க்கு முடிஞ்சிருச்சுன்னு இன்னைக்கு தந்தியில போட்டிருக்கான்.”

அவன் அமைதியாக நின்றுகொண்டிருந்தான்.

“நீ ஸ்கூல் சர்டிபிகேட்ல ஓ.சி.னு போட்டிருக்கியா? இல்ல பி.சி.னு போட்டிருக்கியா?”

“தெரியல”

“ஓ.சி.னு போட்டிருந்தா, நேத்தோட கோட்டா முடிஞ்சிருச்சு. உன்னோட பெர்சன்டேஜ் என்ன?”

“95.5%”

“இந்த வருசம் ஓ.சி.க்கு 97% ஓட சீட் முடிஞ்சிருச்சு”

திருநாவுக்கரசுவுக்கு ‘ஓ.சி’, ‘பி.சி.’ என அவர் பேசுவது எதுவும் புரியவில்லை. வீட்டிற்கு வேகமாக வந்தவன், ஜெராக்ஸ் எடுத்து வைத்திருந்த கவுன்சிலிங்க் அப்ளிகேஷனைத் தேடினான். கம்யூனிட்டி ‘ஓ.சி.’ என டிக் செய்திருந்தது. ஜோஸ் சார்தான் அப்ளிகேஷனை நிரப்பிக் கொடுத்தார். அவர்தான் அப்ளிகேஷனை நகல் எடுத்து வைக்கச் சொன்னார். நல்லவேளை. நகல் எடுத்து வைத்தது வசதியாகிப் போனது. மந்திரம் மாமா வீட்டுக்குச் சென்று தினத்தந்தி பேப்பரை வாங்கிப் புரட்டினான். ஈஸ்வரன் சித்தப்பா சொன்ன செய்தி எட்டாவது பக்கத்தில் ஒரு ஓரத்தில் போட்டு இருந்தது. அவற்றை நிதானமாக வாசித்தான். இன்னும் எதுவும் அவனுக்குப் புரியவில்லை. நாளிதழையும், விண்ணப்ப

படிவ நகலையும் எடுத்துக்கொண்டு காலேஜ்க்கு ஹச்.ஓ.டி. ஜோஸ் சாரைப் பார்ப்பதற்குச் சென்றான்.

அவரிடம் சென்று விஷயத்தைக் கூறி, விளக்கம் கேட்டான்.

"அரசு, வருசா வருசம் இந்த கம்யூனிட்டிக்கு இவ்வளவு கட்ஆப் னு கவர்மெண்ட் சொல்லும். அதுபடிப் பார்த்தா உன் கம்யூனிட்டி கோட்டா புல்லாயிடுச்சு.."

"போன வருசம் 94% னு சொன்னீங்க.."

"அது வருசா வருசம் மாறும். கூடும், குறையும். அதை எல்லாம் நம்ம உறுதியா சொல்ல முடியாது."

"அப்ப எனக்கு கவர்மெண்ட் காலேஜ்ல சீட்டு கெடைக்காதா?"

"கவுன்சிலிங்கே அட்டென்ட் பண்ண முடியாது. கவர்மெண்ட் பீஸே கிடைக்காது"

அவனுக்கு என்ன செய்வதென்றே தெரியவில்லை.

"திருநெல்வேலில நிறைய பிரைவேட் காலேஜ் இருக்குது. அதுல எதுலயாவ்து சீட் இருக்கும். விசாரிச்சுப் பாரு. இடம் கிடைக்கும்."

"பீஸ் எவ்வளவு சார் வரும்?"

"டொனேஷன் இருக்கும். வருசத்துக்கு அறுபதாயிரம் வர ஆகும்."

அவன் சைக்கிளை அழுத்தி வி.வி.டி.சிக்னல் வரும் போது, வியர்த்து விறு விறுத்தது. சிறுக, சிறுக கட்டி எழுப்பியக் கோட்டை ஒன்று தரைமட்டம் ஆனது போல் இருந்தது. கவர்மெண்ட் காலேஜ் என்றால் இருபத்தி ஐந்தாயிரம் முதல் முப்பதாயிரம் வரை இருக்கும். நிச்சயமாக மேற்கொண்டு படிக்க முடியாது. பேசாமல் வேலைக்கு சென்றுவிடலாம் என எண்ணினான்.

வீட்டிற்கு வந்ததும் நடந்தவற்றைச் சொல்லி அழுதான்.

"இப்ப எதுக்குச் சின்ன பிள்ள மாதிரி அழுவுற. கண்ணத் தொட" -தாத்தா சொன்னார்.

கண்களைத் துடைத்தான்.

"நான்தான் இருக்கேன்லா. செத்தாப் போயிட்டேன். என் கையில இருக்குற காச வச்சு உங்க சார் சொன்ன மாதிரி திருநெவேலி காலேஜ்ல அட்மிசன போடுவோம். நீ படிச்சு பெரிய ஆளா வருவடே"

தாத்தாவின் மூலம் மீண்டும் அவனது ஆசைக்கு ஒளி பிறந்தது. திங்கட்கிழமை தாத்தாவும், அவனும் பழைய பஸ் ஸ்டாண்டில் இருந்து திருநெல்வேலிக்கு பாயிண்ட் டு பாயிண்ட் பேருந்தில் சென்றனர். இருபதாயிரம் முன்பணம் செலுத்தி அட்மிஷன் போட்டனர். மீதித் தொகையை இரண்டு மாதத்தில் செலுத்துவதாக லெட்டர் எழுதிக் கொடுத்தனர். கல்லூரியில் 'லேட்டரல் என்ட்ரிக்கு' வகுப்புகள் அடுத்த வாரம் துவங்கும் எனச் சொன்னார்கள். எல்லாவற்றையும் தீர விசாரித்துவிட்டு அங்கிருந்து புறப்பட்டு வீட்டுக்கு வந்தனர்.

காம்பவுண்டே களேபரமாக கிடந்தது. அறம்வளர்த்தளைச் சுற்றி கடன்காரர்கள் நின்று கொண்டிருந்தார்கள்.

"இப்ப முடிவா என்னதான் சொல்லுதீக?"

"அவுக ஊருல இல்ல."

"அவன்தான் ஊர விட்டு ஓடிட்டானாமே?"

"அப்படி எல்லாம் ஒன்னுமில்ல."

தர்மராஜ் திலகவதியை இழுத்தார். அறம்வளர்த்தாளின் கையைத் திலகத்தின் தலை மீது வைத்து, "இந்தப் பிள்ளை மேல சத்தியமா சொல்லு. உன் வீட்டுக்காரன் எங்க இருக்கான்னு தெரியும்னு" என்றார்.

அவளுக்கு கண்களில் நீர் சுரக்க ஆரம்பித்தது.

"ஒரு பொம்பளையைச் சுத்தி எதுக்கு இத்தன ஆம்பளைங்க நிக்கீக?"

தாத்தாவின் குரல் கேட்டு, எல்லாரும் திரும்பிப் பார்த்தனர்.

"நீங்க யாரு?"

"நான் அறம்வளர்த்தாளோட தாத்தா."

"நீங்கதானா அது?"

"இப்ப உங்களுக்கு என்ன வேணும்?"

"குடுத்த காசுக்கு வெடைத் தெரியணும்?"

"ரூவா பெரட்டத்தான் பரமன் வெளியூர் போயிருக்கான். அவன் வரட்டும். அப்புறம் பேசுவோம். இப்ப எடத்தக் காலி பண்ணுங்க"

"பெரிய மனுசன் மாதிரி இருந்துட்டு, இப்படி பொய் பேசுறீங்க. நாங்க நீங்க குடுத்த போலீஸ் கம்பளைண்ட் காப்பியோடதான் வந்து இருக்கோம்."

“இப்ப என்ன சொல்லுதீக?”

“முடிவா சொல்லுறோம். எங்க ரூவா எங்களுக்கு வட்டியும், முதலுமா பைசா பாக்கி இல்லாம வரணும். இல்ல நாங்க போலீஸ் கிட்ட போவோம். பரமன் ப்ரோ நோட்டுல கையெழுத்து போட்டுக் குடுத்திருக்கான்”

“ஒரு பத்து நாள் டைம் குடுங்க..”

“பத்து நாளில்ல, இருவது நாள் வேணும்னாலும் எடுத்துக்கோங்க. இதுல மொத்தம் எங்க எல்லாருக்கும் எவ்வளவு தரணும்னு இருக்கு” என்று ஒரு சீட்டை நீட்டினார். அரசு அதை வாங்கிக் கொண்டான்.

“ரூவா ரெடி ஆயிட்டுதுனா, கார்னேசன் மார்க்கெட்டுக்கு வாங்க...”

கடன்காரர்கள் எல்லாரும் கலைந்து சென்றனர். தாத்தா அரசுவிடம் இருந்து சீட்டை வாங்கி மொத்தக் கடனையும் கூட்டினார். பத்து லட்சத்துக்கு மேல் வந்தது.

“படுக்காளி, குடியக் கெடுத்துட்டானே” என்றார்.

நீண்டு கிடக்கும் மணற்பரப்பில் படுத்துக் கிடந்தான், திருநாவுக்கரசு. பகல் நேரத்து வெயில் அடித்த சூடு மணலில் தெரிந்தது. மேகங்கள் கலைந்தன. மாலை நேரத்து வெயில் மறைந்தன. ஊர் இருளை எடுத்து அப்பிக் கொள்ளத் தொடங்கியது. இராவடித் திரியவிருக்கும் மதி வெண்ணிற ஆடை அவிழ்த்து வெள்ளைப் பேரொளியின் பாதியையும், முல்லைக் குளிர்ச்சியின் மீதியையும் வீச முற்பட்டது.

உடலுக்கு அசதியாக இருந்தது. சிலு, சிலுவென்று காற்று வீசியது. அவனுக்கு உடல் கிளர்ந்தெழுந்தது. இரத்த நாளங்கள் இடுப்புக்குக் கீழே மாற்றம் புரிய... பிரக்ஞையற்றுக் கிடந்தவனை படகுகளின் ‘ஜலசா’ சத்தம் தன்னிலைக்குக் கொண்டு வந்தது. நாளை காலை கல்லூரி செல்ல வேண்டும். கல்லூரி வாழ்க்கை எப்படி இருக்கும் என யூகிக்க முடியவில்லை. எப்படியாவது நன்கு படித்து, நல்ல வேலைக்குச் சென்று குடும்பத்தைக் காப்பாற்ற வேண்டும். எழுந்து குண்டிப் பகுதியில் ஒட்டி யிருந்த கடற்மணலைத் தட்டிவிட்டு நடந்தான். கடல் மெல்ல அலைகளோடு மேலெழும்பி ஆர்ப்பரித்தது.

4

ஆவுடைநாயக ஓதுவார் ஒரு வாரமாக காலில் வெந்நீர் ஊற்றியது போல் 'அரக்கப் பரக்க' ஓடிக்கொண்டிருந்தார். தன் காலத்தில் ஓடியாடி சம்பாதித்து சேர்த்து வைத்த வீட்டைப் பேத்திக்கு எழுதி வைத்துவிட்டு, பங்களாத் தெருவில் வாடகை வீட்டில் வசித்து வந்தார். மனைவி பருவதமும் இறக்க, சிறிது காலம் வீட்டோடு முடங்கிக் கிடந்தார். தினசரி சாப்பாடு பேத்தி வீட்டில் இருந்து வந்தது.

அறம்வளர்த்தாள், ஆவுடைநாயகத்தின் மகள் வயிற்றுப் பேத்தி. பருவதத்தம்மாளுக்குக் கர்ப்பம் தரித்து பல கரு கலைந்து போயின. ஜாதகம் பார்த்ததில், நாகதோஷம் என்றார்கள். இராமேஸ்வரம் சென்று நிவர்த்தி செய்ய, பிள்ளைப் பேறு கிட்டியது. தங்க விக்ரகம் போல் வந்து பிறந்தாள், மகள் வடிவுடைநாயகி. தவம் இருந்து பெற்றப் பிள்ளை என்பதாலும், ஒற்றைப் பிள்ளை என்பதாலும் அவளைக் கண்ணும் கருத்துமாய் வளர்த்தார்கள். வடிவு அவர்களுக்கு எல்லாமுமாகி போனாள், ருதுவாகி, செப்புச் சிலையாய் நின்றாள்.

நேரம் கூடி வர, மகளை மணம் முடித்துக் கொடுத்தனர். மாப்பிள்ளை சங்கரபாகமும் மகளை நன்கு பார்த்துக்கொண்டார். திருமணமான ஒரு வருடத்திற்குள் கர்ப்பவதியானாள். வளையல் அடுக்கி, நிறை மாத சூலியாய் அவள் வீட்டுக்கு வர, பத்து வீட்டுக் காம்பவுண்டே பூரித்துப் போனது. எப்படியும் ஆண் பிள்ளையைப் பெறுவாள் எனக் கனவு கண்ட ஆவுடைநாயகத்திற்கு

ஏமாற்றமே மிஞ்சியது. அறம்வளர்த்தநாயகி எனப் பெயர் சூட்டினார்கள். பேத்திக்கு நான்கு வயதிருக்கும், அவளை ஆவுடைநாயகத்தின் வீட்டில் விளையாட விட்டு விட்டு மகளும், மருமகனும் ப்ளஸர் காரில் தென்காசி சென்றவர்கள், திரும்ப வரவேயில்லை. எல்லாம் நிர்மூலமாகிப் போனது. பேத்தியை வளர்க்கும் பொறுப்பும் வந்து சேர்ந்தது. விளக்கைக் கொண்டு விட்டிலைத் தேடும் கதையாகிப் போனது, ஆவுடைநாயகத்தின் நிலை.

தாய்க்கு வாய்த்தது தலைமகளுக்கு நேர்ந்துவிடக் கூடாது என்பதில் பருவதத்து ஆச்சி தெளிவாக இருந்தாள். காலம் என்பது போத்திகண் செட்டியார் கடை கருப்பட்டி அல்ல. கடன் சொல்லி வாங்கித் தின்பதற்கு. எவர்க்கும் அகப்படாமல் வெட்டாத்தியாய் ஓடும் தாமிரபரணி ஆற்றினை இரசித்துப் பார்க்கலாம்; ருசித்துக் குடிக்கலாம்; குளித்துச் சுகிக்கலாம்; வேறென்ன செய்ய இயலும் நேரங் காலமும் அப்படித்தான்.

மகள் போனத் தடம் மறைய, அதே வீட்டில் பேத்தி வளர்ந்தாள். அறம்வளர்த்தாள் ஒழுங்காக படிக்கவில்லை. தாத்தா கண்டிக்க முற்பட்டால், ஆச்சித் தடுத்து ஆட்கொண்டாள். திண்ணனை உமையவள் ஆட்கொண்டதைப் போல. பத்தாம் வகுப்பில் பெயில் ஆக, அத்தோடு படிப்புக்கு முழுக்குப் போட்டாள். மாப்பிள்ளைப் பார்க்கும் படலம் தொடங்கியதும், பருவதத்து ஆச்சி வற்புறுத்தினாள்.

“வீட்டோட இருக்குற பையனாப் பாருங்க.”

“உனக்கென்ன கோட்டியா, பருவதம்?”

“எனக்கு, ஏன் கோட்டிப் பிடிக்குது..?”

“பொறவு, வீட்டோட மாப்பிளைக்குக் குடுக்க வாக்கட்ட வச்சிருக்கியா..?”

“வடிவுக்குப் போட்ட இருவது பவுன் நகை, என்னோட அஞ்சு பவுன் நகை இருக்கு. இந்த வீடு இருக்கு.”

“இந்த வீட்ட உன் பேத்திக்குக் குடுத்துட்டு, நம்ம எங்க ரோட்டுக்குப் போறதா?”

“ரோட்டுக்கு ஏன் போகணும். நம்ம காலத்துக்குப் பொறவு இந்த வீட்ட அவளுக்குத்தானே குடுப்பீக, அதே இப்பவே கல்யாணத்துக்குக் குடுத்திட வேண்டியதுதானே...”

“நம்மள யாரு பார்ப்பா?”

“நம்மள எங்க அம்மை வடிவுடைநாயகி பார்த்துக்குவா.”

“பார்ப்பா, பார்ப்பா...”

தாத்தாவுக்கு வழிச்சுத்தமுள்ள ஓதுவார் குடும்பத்தில் பேத்தியைக் கொடுப்பதற்கே விருப்பம். ஆச்சி சொன்ன கணக்கில் உள்ளூர்வாசியான சதாசிவம் செட்டியாரின் மகன், பரமன்தான் கிடைத்தான்.

“பேசி முடிச்சிட வேண்டியது தான?”

பருவதத்தம்மாள் தாத்தாவிடம் கேட்டாள்.

“அதுக்கில்ல...”

“என்ன யோசிக்கிறீங்க?”

“அறம்வளர்த்தா உனக்கு பையனப் புடிச்சிருக்கா”

“உங்களுக்கும், ஆச்சிக்கும் சரின்னு பட்டதுன்னா கட்டி வைங்க தாத்தா”

“பொறவு என்ன?” - பருவதத்தம்மாள்.

பரமன் ஒற்றைக்கொரு மகன். அம்மா இறந்து போயிருந்தாள். உடன்பிறந்தாள், மாமியார் என எவ்விதப் “பிக்கல் புடுங்கல்’ இல்லை என ஆச்சி ஆளாய்ப் பறந்தாள். வேறு வழியின்றி பரமன், அறம்வளர்த்தாளுக்கு மாப்பிள்ளையாகிப் போனான்.

இரண்டு தலைமுறைகளுக்கான காத்திருப்பு வீண் போகவில்லை. மகன் கனவும், பேரன் கனவும் பகல் கனவாகிப் போக பூட்டன் கனவு பலித்துப் போனது. தாத்தா, தனது தகப்பனாரின் பெயரான ‘திருநாவுக்கரசு’ என சூட்டி மகிழ்ந்தார். திருநாவுக்கரசை தாத்தாவுக்கு மிகவும் பிடிக்கும். அவன் பெரும்பாலும் ஆச்சி, தாத்தா வீடே கதியென்று கிடப்பான். ஆச்சியும் இறந்து போக, ஓராண்டாக அவன்தான் தாத்தாவை கவனித்துக்கொண்டான். தாத்தாவுக்கும் ஆச்சி போன பின், அவனது துணை ஊன்றுகோல் என மாறிப் போனது.

பங்களாத் தெரு வளைவில் உள்ள தெப்பக்குளப் படிக்கட்டில் உட்கார்ந்திருந்தார். மாரியம்மன் கோவிலில் உச்சி பூசை நடக்கும் நேரம். பூசைக்கு முன் அடிக்கும் மணியோசை காதில் கேட்டது. ரொம்ப நேரமாக காத்துக்கொண்டிருந்தார்.

பத்தரை மணிக்கு வருவதாகச் சொன்னவரை இன்னும் காணவில்லை. தெப்பத்து நீர் தெளிந்திருந்தது. அருகில் இருந்த

கல்லைத் தூக்கி எறிந்தார். கைகளை ஊன்றி மெதுவாக எழுந்து கொண்டார். இனியும் காத்திருக்க முடியாது என்று, வீட்டுக்கு நடையைக் கட்டினார். தெப்பக்குள வளைவைச் சுற்றி வந்து மெயின் ரோட்டைக் கடந்து, நேராக சென்றார். முத்தாரம்மன் கோவில் எதிரில் உள்ள திருஞானசம்பந்த மடம் அருகில் வந்த போது, மடத்தின் உள்ளிருந்து யாரோ குரல் கொடுக்கத் திரும்பிப் பார்த்தார். சங்கரன்பிள்ளை. நல்ல வேளையாக கண்ணில் அகப்பட்டார்.

"என்னவே, வாரேன்னு சொன்னீரு. ஆளக் காணல. எனக்கு உக்காந்து, உக்காந்து மூலம் வெளித் தள்ளீரும் போல."

"தெப்பக்குளத்துக்குத் தான் வந்துட்டு இருந்தேன். அதுக்குள்ள மடத்துல கூப்பிட்டாங்க. அதான் செத்த உட்கார்ந்தேன்."

"நல்ல கத..."

"பொறுங்க போவோம்"

வெற்று கதைகளை எல்லாம் பேசி முடித்துவிட்டு இருவரும் புறப்பட்டனர்.

D.A. கல்யாண மண்டபம் அருகில் வந்தபோது கட்டிட வேலை மும்முரமாக நடந்துகொண்டிருந்தது.

"ஓதுவார், இங்கன என்ன வர போகுதுனு தெரியுமா?"

"என்ன, சினிமா தியேட்டரா?"

"சூப்பர் மார்க்கெட்"

"சூப்பர் மார்க்கெட்னா ஓ"

"பலசரக்கு சாமான்ல இருந்து வீட்டுக்குத் தேவையான எல்லாச் சாமானும் ஒரே எடத்துல மொத்தமா கெடைக்கும். அதுக்குப் பேருதான் சூப்பர் மார்க்கெட்"

"அப்ப தனித் தனியா கடை வச்சிருக்கிறவன் எல்லாரு வாயிலயும் மண்ணள்ளிப் போடப் போறாங்கனு சொல்லும்."

"உம்மகிட்ட போயச் சொன்னேன் பாரு.."

சி.எம்.ஸ்கூலில் மதிய உணவு இடைவேளை. சாரா நர்சிங் ஹோம் வாசலில் அம்மாக்கள் எல்லாரும் அமர்ந்து பிள்ளைகளுக்கு சோறூட்டிக் கொண்டிருந்தார்கள். சாமுவேல் சைக்கிள் கடை வழியாக வந்து காம்பவுண்டுக்குள் நுழைந்தனர்.

"அறம்வளர்த்தா, கதவத் தொற"

டி.வி.யில் தூர்தர்ஷனில் ஏதோ ஓடிக்கொண்டு இருக்க, அடுக்களையில் இருந்து வந்து கதவைத் திறந்தாள். உள்ளே வந்த இருவரும் தார்சாவில் கிடந்த நாற்காலியில் அமர்ந்தனர். அவள் தண்ணீர் கொண்டு வந்து கொடுத்தாள்.

சங்கரன்பிள்ளையை நலம் விசாரித்தாள்.

"எப்படி இருக்கீங்க மாமா?"

"நல்லா இருக்கேன்மா"

"வீட்ட நல்லா பாரும். அப்புறம் அது சொத்த, இது நொட்டனு சொல்லக் கூடாது" - ஆவுடைநாயகம்.

சங்கரன் எழுந்து வீடு நெடுக சென்று வந்தார். அடுக்களையில் திண்டு பேர்ந்துள்ளது. சுவர் எல்லாம் உப்புமண். பட்டார்சாவில் இருந்த தூண் நல்ல அழகாக இருந்தது. புறவாசலில் கக்கூஸ் கதவு உடைந்திருந்தது. தண்ணீர் பம்பும் துருப்பிடித்து இருந்தது. மாடிக்கு அவர் செல்ல, அறம்வளர்த்தாள் தாத்தாவைப் பார்த்தாள்.

"என்ன தாத்தா வீட்ட விக்கப் போறீங்களா?"

"பேசமாயிரு"

மேலே சென்றவர், கீழே வந்தார்.

"என்ன வெல சொல்லுதீரு?"

"வீட்ட நல்லா பார்த்தாச்சுல்ல. சாயங்காலம் நான் தெப்பக்குளத்துக்கு வாரேன். நீரு வாரும். மீதியை அங்கன பேசிக்குவோம்."

மதிய உணவு உண்ணத் திலகம் வீட்டுக்கு வருவதற்கும் சங்கரன்பிள்ளை கிளம்புவதற்கும் சரியாக இருந்தது. தட்டைத் தூக்கி வந்து சோறு உண்டாள். புளிக் குழம்பும், சௌ சௌ கூட்டும்.

"இப்ப இந்த வீட்ட வித்துத்தான் ஆகணுமா, தாத்தா"

"வேற வழியில்லமா. கடன் எக்கச்சக்கம் ஆயிட்டு. மேலும் இப்ப அடைக்கலைனா எப்பவுமே அடைக்க முடியாது. வட்டியும் கூடிப் போகும். வீட்டத் தவிர கையிருப்புனு ஒன்னுமில்ல"

"வீட்ட விக்கப் போறீங்களா. அப்பா வந்து கேட்டா என்ன சொல்லுவீங்க" என்றாள் திலகம்.

"பேசாமத் தின்னு தொல. உங்கப்பனால வந்த வினை தான, இதெல்லாம்"

வெடுக்கென்று ஏசிவிட்டார் தாத்தா.

அவருக்கு ஏனோ திலகவதியை சுத்தமாகப் பிடிப்பதில்லை. கண்ணில்கூடக் காண விடுவதில்லை. அரசுவையோ, சம்பந்தத்தையோ இப்படி ஒரு நாளும் ஏசியது இல்லை.

திலகம் பாதி சாப்பாட்டில் எழுந்து கொண்டாள்.

"ஏட்டீ, மோர் ஊத்தலையா?"

"போதும்"

புறவாசல் வந்து கைக் கழுவினாள். அவளுக்கு அப்பாவின் நினைவு வந்தது. அப்பா அவளை ஏசவோ, அடிக்கவோ செய்தது கிடையாது.

"என் இராஜாத்தி"என்பார். அடிக்கடி தெலகம் எங்க அம்மையில்லா" எனக் கொஞ்சுவார்.

அம்மா, அப்பா அளவுக்குக் கொஞ்சவில்லை என்றாலும், ஏசமாட்டாள். இந்த தாத்தாதான் என்னை எப்பொழுது பார்த்தாலும் ஏசுவார். இவர் செத்தால்தான் நிம்மதி. மனதிற்குள் கருவிக்கொண்டே பள்ளிக்குச் சென்றாள்.

"நீ ஒன்னும் வெசனப்படாத. எல்லாம் நல்லதுக்குத்தான்."

"சாப்பிடுறீகளா தாத்தா?"

"வேண்டாம். அரசு சாயந்திரம் எத்தன மணிக்கு வருவான்"

"இன்னைக்கு வரமாட்டான். வெள்ளி இல்ல சனிக்கிழமை சாயந்திரம்தான் வருவான். வாகையடி முக்குல, இவுக சித்தப்பா மக செம்பா வீட்டுல இந்த ஒரு வாரம் தங்கச் சொல்லி இருக்கேன்."

"எதுக்கு?"

தினம் பேருந்தில் சென்று வர காசு கொடுப்பதற்கு வழி யில்லை என்பதைத் தாத்தாவிடம் சொல்லாமல் தவிர்த்தாள்.

திருநாவுக்கரசு தூத்துக்குடி செல்வதற்கு சமாதானபுரத்தில் பேருந்திற்கு காத்துக்கொண்டிருந்தான். பேருந்து வருவதாக தெரியவில்லை. ஐந்து நாட்கள் ஐந்து யுகம் போல சென்றது. கல்லூரியில் 'லேட்டரல் என்ட்ரி' என்கின்ற காரணத்தினால் யாருமே அவனிடம் சரி வர பேசவில்லை. வகுப்பு நன்றாக பிடித்துப் போனது. பாடங்கள் நன்கு புரிந்தன. நேற்று பொன்முருகன் சார் வைத்த 'க்ளாஸ் டெஸ்டில்' அவன் முதல்

மதிப்பெண் பெற்றான். அவனிடம் வந்து ஜிஷ்ணுதான் பேச்சு கொடுத்தான்.

“ஹாய் மை நேம் இஸ் ஜிஷ்ணு.”

“நான் திருநாவுக்கரசு.”

“தெரியும். சார் சொன்னாரே. எங்க இருந்து வர்றீங்க?”

“சொந்த ஊரு தூத்துக்குடி. இப்போதைக்கு டவுண்ல சொந்தக்காரங்க வீட்டுல இருந்து வரேன்.”

“ஃபாதர் எங்க ஒர்க் பண்ணுறாங்க?”

அரசுவுக்கு என்ன பதில் சொல்வதென்று தெரியவில்லை.

“ஃபாதர் இல்லையா. இறந்துட்டாளா..?”

“இல்ல. இருக்காங்க. ஆனா எங்க இருக்காங்கனு தெரியல”

“என்ன குழப்புறேள்?”

“கடனுக்கு பயந்து எங்க அப்பா ஊரை விட்டு எங்கேயோ ஓடிட்டார்.”

ஜிஷ்ணு அரசுவை பரிதாபமாகப் பார்த்தான்.

“பீஸ் எல்லாம் எப்படிக் கட்டுறீங்க. இந்த காலேஜ்ல நிறைய பீஸ் கேட்பாளே”

“எங்க தாத்தா இப்போதைக்கு ஹெல்ப் பண்ணுறார். டோக்கன் அட்வான்ஸ் பே பண்ணியிருக்கேன். ரிமைனிங் கொஞ்சம், கொஞ்சமா பே பண்ணணும்.”

“நேக்கு உங்க டெஸ்ட் பேப்பர் தர்றேளா? செக் பண்ணிண்டு தர்றேன்.”

அரசு அவனது பரீட்சைப் பேப்பரைக் கொடுத்தான். ஜிஷ்ணு அவற்றை வாங்கி வேகமாக பார்த்தான். ஜிஷ்ணு இருபத்தைந்துக்கு இருபத்தி மூன்று மதிப்பெண் பெற்றிருந்தான். அரசுவோ இருபத்தி நான்கு மதிப்பெண் பெற்றிருந்தான்.

முதலாமாண்டில் இருந்து நேற்றுவரை ஜிஷ்ணு தான் வகுப்பில் முதல் மாணவன். இன்று அரசுவிடம் ஒரு மதிப்பெண்ணில் தோற்றுவிட்டதை எண்ணி, அவனுக்கு வெட்கமாக இருந்தது. ஒருவேளை இனி இவன் முதல் மதிப்பெண் பெற்று தன்னைக் கீழிறக்கி விடுவானோ என பயம் கொண்டான். முதல் இடத்தை விட்டால் சுபத்திராவை எப்படி கைபிடிப்பது? இராகவன் மாமாவை எப்படி இந்த பரீட்சைப் பேப்பரோடு சென்று பார்ப்பது என சங்கோஜப்பட்டான்.

"ஏன்டா அம்பீ, நீதானே பர்ஸ்ட் மார்க்? யூனிவர்சிட்டி ரேங்குல பர்ஸ்ட் வரணும்டா". பேப்பரை நீட்டியதும் இராகவன் மாமா இதைத்தான் பேசுவார்.

அவரை எப்படி சமாளிக்கலாம் என ஜிஷ்ணு யோசித்தான்.

இரண்டு பேருந்தினை விட்டு, கூட்டம் சற்று குறைவாக இருந்த பேருந்தில் ஏறிக் கொண்டான், அரசு. வல்லநாடு தாண்டியதும் உட்காருவதற்கு சீட் கிடைத்தது. எல்லோரையும் பார்த்து ஆறு நாட்கள் ஆகியிருந்தது. தாத்தா பங்களாத் தெருவில் உள்ளாரா? அல்லது வீட்டிலேயே தங்கிக் கொண்டாரா? அவன் யோசித்துக் கொண்டே வந்தான். பழைய பேருந்து நிலையத்தில் இறங்கி, குருஸ்பர்னாந்து சிலை வழியாக வேகமாக நடந்தான்.

அந்தி சாயும் நேரம். வீட்டில் விளக்கேற்றி அறம்வளர்த்தாளும், திலகவதியும் திருமுறையை பாடிக்கொண்டிருந்தனர்.

"இனியோ நாம் உய்ந்தோம்
இறைவன் அருள்சேர்ந்தோம்
இனியோ ரிடரில்லோம்
நெஞ்சே..
...."

அறம்வளர்த்தாள் கனீர் குரலில் பாடுவது தெரு வாசலிலேயே அவனுக்கு கேட்டது.

"எம்மா"

"அரசு"

"அண்ணன்"

"எப்படில இருக்க"

"நல்லா இருக்கேன். நீங்க எல்லாரும் எப்படி இருக்கீங்க. தாத்தா எப்படி இருக்கா"

"இந்தா" பையில் இருந்து மிட்டாயை எடுத்து திலகத்திடம் நீட்டினான்.

"சாப்பிட்டியா"

"மத்தியானம் சாப்பிட்டேன்"

"செம்பா அத்தை எப்படி இருக்கா"

"எல்லாரும் நல்லா இருக்காங்க. சம்பந்தத்தை எங்க காணல"

...| 38 |... தட்டழியும் சலதி

"அவன உண்ணாமுலை மிஸ் கிட்ட டியூஷன் சேர்த்திருக்கேன்"

"மறுபடியுமா"

சைக்கிள் சாவியை எடுத்துக் கொண்டு வெளியே வந்தான்.

"ஏல வந்ததும் எங்க போற"

"தாத்தாவைப் பார்க்க"

"அவுகள நைட்டு இங்க படுக்க வரச் சொன்னேன்னு சொல்லு"

சைக்கிளை அழுத்திக்கொண்டு காம்பவுண்ட் சர்க்கில் ஏறினான். அறம்வளர்த்தாள் பாதியில் நிறுத்திய திருமுறை பதிகத்தைப் பாடச் சென்றாள்.

5

தாத்தா இறந்து இன்றோடு ஒரு மாதம் கழிந்திருந்தது. இறந்து நேராக ஆறாவது நாள் கிழமையும், அந்த வார ஞாயிற்றுக்கிழமை விசேஷத்தையும் கழித்தார்கள். வெள்ளிக்கிழமை கல்லூரி விட்டு வந்த அரசு தாத்தாவைப் பார்க்க மிகுந்த ஆவலோடு சென்றான்.

"தாத்தா"

"............"

"அரசு வந்திருக்கேன். கதவத் தொற"

கதவைத் தட்டித் தட்டி கை தான் ஓய்ந்து போனது. மாலையில் தாத்தாவுக்கு உறங்கும் பழக்கம் இல்லை. பிறகு ஏன் கதவுத் திறக்கப்படவில்லை. நெடுநேரமாகியும் தாத்தா கதவைத் திறக்காதது, அவனுக்கு பயத்தை உண்டாக்கியது. இவன் கதவுத் தட்டும் சத்தம் கேட்டு அக்கம் பக்கத்தில் உள்ளவர்கள் வந்தனர். இறுதியில், கதவை உடைத்துக் கொண்டு செல்ல வேண்டியதாயிற்று. தரையில் படுத்து உறங்கிக் கொண்டிருந்தார். தாத்தாவின் உடல் மேலே கை வைத்துப் பார்க்க உடம்பு 'சில்'லென்று குளிர்ந்திருந்தது.

"தாத்தா"

தாத்தாவின் கன்னத்தைத் தட்டி எழுப்பிப் பார்த்தான். எழவில்லை. அருணாச்சலம் சென்று டாக்டரை அழைத்து வந்தார்.

அவர் உடலை பரிசோதித்தார்.

“மதியமே முடிஞ்சிருச்சு”

அரசு வீட்டுக்குச் சென்றான். சம்பந்தம் டியூசன் முடித்து வந்திருந்தான். திலகம் நோட்டில் என்னவோ எழுதிக் கொண்டிருந்தாள். அரசுவைப் பார்த்த அறம்வளர்த்தாள், தாத்தாவைத் தேடினாள்.

“ஏல தாத்தா எங்க”

“...............................”

“வரமாட்டேன்னு சொல்லிட்டாகளா?”

“...............................”

“மதியமே அவுக சாப்பிடல. அவுகளுக்கு பிடிக்கும்னு புளிமாத் தோசை ஊத்தி கத்திரிக்காக் கிச்சடி வச்சேன். கொண்டு போய், சாப்பிட வை”

அவள் ஒயர் கூடையில் சாப்பாட்டு ஏனங்களை அடுக்கி வைத்தாள்.

“ராத்திரிக்கு, நீ தாத்தாவுக்குத் துணையா அங்கேயே படுத்துக்க”

அவனுக்கு கடலைக் காணும் போதெல்லாம் உள்ளிருந்து வருமே ‘அழுகை’ அதைவிட அதிகமாக வந்தது. அரசுவின் முகம் வாடியிருப்பதை அவள் கண்டு கொண்டாள்.

“ஏம்ல, தாத்தா எதுவும் சொன்னாகளா”

“...................................”

“என்ன பண்ணுறது. வேற வழித் தெரியல. காலையில போயி நானும், தாத்தாவும் சங்கரன் மாமா பேர்ல இந்த வீட்ட கிரையம் முடிச்சிட்டு வந்தோம். என்னைவிட அவுகளுக்குத் தான் ரொம்ப கஷ்டம். ரெண்டு தலைமுறையா கட்டிக் காத்த வீடு. அவுக சம்பாத்தியத்துல வாங்குனது, அதான் அவுகளுக்கு வருத்தம். அதனாலதான் மதியம் சாப்பிடலைனு நெனைக்கிறேன். நீ சீக்கிரம் கிளம்பு. தோசை ஆறிரப் போவுது”

அரசு கதறி அழுதான். ‘ஓ’ வென்று கூப்பாடுப் போட்டான்.

“எம்மா, தாத்தா நம்மள விட்டுட்டுப் போய்ட்டாமா”

“ஏல என்ன இப்படி சொல்லுத”

அறம்வளர்த்தாள் மாரிலும், தலையிலும் அடித்துக் கொண்டு ஓடினாள். வீட்டைப் பூட்டி சாவியை வள்ளி அத்தையிடம்

கொடுத்துவிட்டுத் தம்பியையும், தங்கையையும் பின்னாலேயே கைபிடித்து அழைத்துப் போனான்.

திருக்காவு மாமா தான் 'கூட மாட' நின்று ஒத்தாசைப் புரிந்தார். தாத்தாவைக் குளிப்பாட்டி, உடை மாற்றி, இரு கைகளிலும் திருநீறு பூசினார். இரண்டு கால் கட்டை விரல்களையும் இழுத்துப் பிடித்துக் கட்டினார். முகத்தில் திருநீறு பூசி, சந்தனம் வைத்தார். தெரு முழுக்க செய்தி பரவியது. முடிந்தவரை எல்லோருக்கும் தாக்கல் சொன்னார்கள்.

"அறம்வளர்த்தா, வெளியூர்ல யாருக்கும் தந்தி கொடுக்கணுமா"

"இல்ல"

"தாத்தாவோட சொக்காரங்க யாருக்காவது"

"இல்ல பெரியப்பா, யாருமில்லை"

எல்லோருடனும் போக்குவரத்து நின்று ஒரு தலைமுறைக்கு மேலாகிவிட்டது.

ஆவுடைநாயக ஓதுவாரை படுக்க வைத்தார்கள். தலைமாட்டில் எண்ணெய் ஊற்றித் திரியைப் போட்டு விளக்கு ஏற்றினார்கள். பத்தியைக் கொளுத்தி வைத்தார்கள். திலகமும், சம்பந்தமும் தாத்தாவின் சடலத்தின் அருகில் அமர்ந்திருந்தார்கள்.

"யாராவது சிவபுராணம் படிங்க" என்றாள் பாக்கியத்து ஆச்சி.

"திலகம் உனக்கு தெரியும்லா. நீ படி" என்றாள் அறம்வளர்த்தாள்.

"நமசிவாய வாழ்க! நாதன் தாள் வாழ்க!

இமைப்பொழுதும் என் நெஞ்சில் நீங்காதான் தாள் வாழ்க!

கோகழி யாண்ட குருமனிதன் தாள் வாழ்க!

ஏகன் அநேகன் இறைவன் அடி வாழ்க!

வேகம் கெடுத்தாண்ட வேந்தன் அடி வெல்க

...."

திலகம் இரா முழுக்கக் கண் விழித்துப் பதிகம் பாடினாள். அவளுக்கு எரிச்சலாக வந்தது. இராத்திரி முழுக்கவா சிவபுராணத்தைப் பாட சொல்வார்கள். இந்த தாத்தா செத்தும் நம் உயிரை வாங்குகிறார். அவளுக்கு அழுகையைவிட எரிச்சலே அதிகமாக வந்தது.

காலையில் நீர்மாலைக்கு அரசு, சம்பந்தம் மற்றும் சில ஆண்கள் சென்று வந்தனர். ரோட்டில் பெஞ்சைப் போட்டு அதில் தாத்தாவைக் கிடத்தி தண்ணீர் ஊற்றினார்கள்.

"தாயாரே மாதாவே
மகராசன் போய் சேர்ந்தான்
...."

பெண்கள் சுற்றி நின்று ஒப்பு வைத்தார்கள்.
"கத்திரிக்கா எங்களுக்கு கைலாசம் உங்களுக்கு
பூசணிக்கா எங்களுக்கு பூலோகம் உங்களுக்கு
...."

அரசு மொட்டைப் போட்டிருந்தான். அவனுக்கு நிர்கதியாய் நிற்பது போன்ற உணர்வு. அப்பாவைக் காணவில்லை. தாத்தாவும் போய் சேர்ந்துவிட்டார். இனி, தனக்கு யாருமே இல்லை எனத் தோன்றியது.

மறுநாள் காடேத்தும் முடிந்தது.

விசேஷம் கழித்த அன்று மாலையில் சங்கரன்பிள்ளை அறம்வளர்த்தாளைப் பார்க்க வீட்டுக்கு வந்தார்.

"நல்ல மனுசன். அவாள மாதிரி ஒரு நேர்மை குணமுள்ளவரைப் பார்க்க முடியாது."

அவள் கண் கலங்கினாள்.

"நீ வீட்ட எப்ப காலிப் பண்ணப் போற?"

"வேற வீடு பார்க்கணும். வேற நல்ல வீடு அமைஞ்சதும், காலி பண்ணிடுறேன் மாமா."

"பத்து நாளுக்குள்ள காலி பண்ணீரு. வீட்டு வேல நெறைய இருக்கு"

சங்கரன்பிள்ளை புறப்பட்டுச் சென்றார். என்ன செய்வதென்று தெரியவில்லை. பேசாமல் தாத்தா இருந்த வீட்டுக்கு சென்றுவிடலாம் என எண்ணினாள். வீட்டு ஓனர் அருணாச்சலத்திடம் சென்று பேசினாள்.

"இல்ல அறம்வளர்த்தா, அது சரி வராது. ஒரு ஆளுக்கே தண்ணீ வசதி கிடையாது. நீங்க நாலு பேரு குடி வந்தா, ரொம்ப சங்கடம். நல்லா இருக்காது."

“பெரியப்பா, நீங்க தான் கொஞ்சம் பெரிய மனசு பண்ணணும்”

“என்ன செய்ய சொல்லுக”

“எங்க நெலைமை உங்களுக்கு நல்லா தெரியும்”

அருணாச்சலம் யோசித்தார்.

“கிழக்க, தருவைச் சந்துகிட்ட ஒரு காம்பவுண்ட்ல வீடு இருக்குது. நம்ம ஆட்கள்தான் பூராம் குடி இருக்காங்க. ஓனரும் உங்க தாத்தாவுக்கு தெரிஞ்சவருதான்”

“தருவை சந்துனா, எங்கன பெரியப்பா”

“மட்டக்கடை கிட்டக்க”

சரியென்று ஏற்றுக் கொண்டாள்.

ஒரு பத்தி வீடு. அடுக்களை. வரிசையாக ஏழு வீடுகள் இருந்தன. எல்லா வீடுகளுக்கும் பொதுவாக இரண்டு கழிப்பறைகள், பின்னால் கிணற்றடியில் இருந்தது. தற்சமயத்துக்கு தோதுப்படும் என்று மனதைத் தேற்றிக் கொண்டாள்.

வீட்டுக்கு வந்து மந்திரத்தின் துணையோடு கட்டில், டி.வி., பாத்திரங்கள் என பாதிக்கு மேல் சாமான்களை விற்று பணமாக்கிக் கொண்டாள். குடி புக போகும் ஒரு பத்தி வீட்டில் இவற்றை எப்படியும் அடைக்க முடியாது. சீதனமாக ஆச்சி கொடுத்த மரபீரோவைத் திறக்க, கடன் பத்திரங்கள் கீழே விழுந்தன. அவற்றை எடுத்துப் பார்த்தாள்.

அன்று, தாத்தா சார்பதிவாளர் அலுவலகத்தில் இருந்து கையில் பணத்துடன் நேராக மார்க்கெட் சென்றார். திரும்பி வந்தவர், கையில் இருந்த பத்திரத்தைக் கொடுத்தார்.

“பந்தோஸ்தா வை”

அவள் வாங்கி பீரோவில் வைத்தாள்.

“எல்லா கடனையும் அடைச்சாச்சு. மிச்சம் இருக்குறது இந்த ஐயாயிரம் ரூவாதான். பிடி”

“...”

“குடும்பம் எப்படி முன்னேறப் போகுதோ, தெரியல. நான் கிளம்புறேன்.”

தாத்தா சொல்லிவிட்டுச் சென்றார்.

தருவைச் சந்து வீட்டுக்கு வந்து பதினைந்து நாட்களுக்கு மேல் ஆகியிருந்தது. இனி, குடும்பத்தை இழுக்க வேண்டிய முழு பொறுப்பை சுமப்பது அவளது கடமை. சம்பந்தமும், திலகமும் பள்ளி சென்று பத்து நாட்கள் ஆகியிருந்தது. மாத செலவுக்குக் கூட கையில் சுத்தமாக பணமில்லை. இருக்கும் உப்பு, புளி, பண்டமும் ஒரு வாரத்திற்கு மேல் தாங்காது.

"திலகம், நீ வீட்டுல பத்திரமா இரு. நானும், சம்பந்தமும் மேலூர் வரைக்கும் போயிட்டு வந்துடுறோம். நேரமாச்சுன்னா விளக்கக் குளிர வை"

திலகம் மௌனமாக தலையசைத்தாள்.

சம்பந்தத்தை அழைத்துக்கொண்டு சங்கரன் மாமாவைப் பார்க்கச் சென்றாள். வானம் மூடாக்கு போட்டது. தெருவெங்கிலும் சாக்கடையை அள்ளிக் கொட்டியிருந்தார்கள். அவரை, அவரது கடையில் சென்று பார்த்தாள்.

"மாமா நீங்க எனக்கு ஒரு உபகாரம் செய்யணும்"

"என்னம்மா சொல்லு"

"எனக்கு ஏதாவது வேலைக்கு ஏற்பாடு செய்யனும்"

சம்பந்தம் வெளியே நின்று பரக்கப் பார்த்துக் கொண்டிருந்தான்.

"என்ன வேலை தெரியும் உனக்கு"

"எதாவது சத்துணவுல. இல்ல வேற எங்கயாவது"

"சம்பளம்"

"மூணு பிள்ளைக இருக்குது. குடும்பத்தை ஓட்டணும். அதுக்கு ஏத்த மாதிரி ஏதாவது வேலை கெடச்சா போதும்"

"இன்னைக்கு வேலை கிடைக்கிறது எல்லாம் குதிரை கொம்பு. படிச்சவனுக்கே வேலை இல்லை. நீயோ படிக்காதவ. சூப்பர் மார்க்கெட்டு ஒன்னு இன்னும் ரெண்டு மூணு மாசத்துல திறந்திடுவான். அதுல வேணும்னா கேட்டு பாப்போம்"

"ரெண்டு மாசம் ரூவா இல்லாம நான் என்ன பண்ணுறது"

"பேசாம நான் சொல்லுறத கேக்கியா"

"சொல்லுங்க மாமா"

"முதல்ல இந்த காச பிடி"

அவள் கையில் பணத்தைத் திணித்தார்.

"உன்னப் பார்த்தாலும் பாவமாத்தான் இருக்கு. சின்ன வயசு. ஆம்பளத் தொண வேணும். நீ அப்பப்ப இங்க வந்து போயிட்டு இருந்தேனு வையி, உனக்கு வேண்டியத நான் செஞ்சு தாரேன்"

".................................."

"புரியும்னு நினைக்குறேன்"

அவள் கையிலிருந்த பணத்தை வீசிவிட்டு வெளியே வந்தாள். சம்பந்தத்தை இழுத்துக் கொண்டு விறு விறுவென்று நடந்தாள்.

மட்டக்கடை உச்சினி மாகாளி அம்மன் கோவில் அருகில் வருகையில் சம்பந்தம் "எம்மா பண்டம் வாங்கித்தாம்மா" என்றான்.

"பேசாம வா"

அவள் கையை உதறிவிட்டு தெருவிலே நின்று கொண்டான்.

"வந்தா வா. இல்ல வராட்டிப் போ"

காம்பவுண்டில் நுழைந்த போது வீட்டு வாசலில் பெண்கள் கூட்டமாக இருந்தனர். அவளைப் பார்த்ததும் கூட்டத்தில் இருந்த ஒருத்தி சொன்னாள்.

"யக்கா, உங்க மக சமஞ்சிட்டா"

அறம்வளர்த்தாள் வேகமாக சென்றுப் பார்த்தாள். திலகம், சுவரின் ஓரம் ஒடுங்கி போய் அமர்ந்திருந்தாள்.

6

"அரசு"

அவள் அழைத்தது அவன் காதில் விழவில்லை.

"அரசு"

எதையோ சிந்தித்துக் கொண்டு நடந்தான்.

"திருநாவுக்கரசு"

இம்முறை இன்னும் சத்தமாக அழைத்தாள். அவன் சத்தம் வந்த திசையில் திரும்பிப் பார்த்தான். அவள் அவனருகில் வந்தாள்.

"என்னை தெரியுதா"

அவனுக்கு அவள் யாரென்று தெரியவில்லை.

"நான் தான் லவ்லின்"

அவள், அவனது ஞாபகத்தில் இல்லை.

"உன் கூட 5th ஸ்டாண்டர்ட் வரைக்கும் ஸ்டார் ஸ்கூல்ல ஒன்னா படிச்சேனே"

இப்பொழுது அவனுக்கு ஞாபகம் வந்தது.

ஐந்தாம் வகுப்பு வரை ஸ்டார் ஸ்கூலில் படித்தவள், பின் ஹோலி க்ராஸ் கான்வென்டுக்கு மாறிப் போனாள். அத்தோடு அவளுக்கு ஸ்டார் ஸ்கூலே மறந்து போனது. ஆனால், அரசுவை மறக்கவில்லை.

"என்ன ஒன்னும் பேசமாட்டேங்குற"

"இல்ல உன் ஃபேஸ் கட்டே மாறிப் போச்சு. கண்ணாடிலாம் வேற போட்டிருக்க. அதான் எனக்கு அடையாளம் தெரியல"

அவள் லேசாக சிரித்தாள்.

“நீயும்தான் ஆளே மாறிட்ட. நல்லா வளர்ந்துட்ட. மொட்டை வேற போட்டு இருக்க”

“நீ இங்கதான் படிக்கிறியா”

“ம். கம்ப்யூட்டர் சயின்ஸ் டிபார்ட்மெண்ட்”

“நான் இ.சி.இ.”

“தெரியும். அன்னைக்கு ஒரு நாள் நான் உன் க்ளாஸுக்கு ஷைனியைப் பாக்க வந்தேனா, அப்ப தான் உன்ன பார்த்தேன். எனக்கு நீ தானான்னு ஒரு டவுட்டு. கேட்கவும் ஒரு மாதிரி இருந்துச்சு. அப்புறம்தான் ஷைனிகிட்ட சொல்லி உன் நேம் கன்பார்ம் பண்ணிக்கிட்டேன். பிரேக் ஹவர் இல்ல லன்ச் ஹவர்ல நீ தனியா வந்தா பேசலாமுன்னு நினைப்பேன். நீ க்ளாஸ விட்டு வெளியே வரமாட்ட. சரி, க்ளாஸிலே வந்து பேசலாம்னு ஒரு நாள் உன்கிட்ட வந்தேன். அந்த ஜிஷ்ணு எரும மாடு உன் பக்கத்துல உட்கார்ந்திருந்தான். ஒன்னும் பேசாம வந்துட்டேன். இன்னைக்குத்தான் நீ தனியா மாட்டுன”

இருவரும் பேசிக்கொண்டே நடந்தனர்.

“ஆமா அந்த ஜிஷ்ணு எரும ஃபர்ஸ்ட் பெஞ்சுல தானே இருந்தான். இப்ப எதுக்கு உன் பக்கத்துல வந்து உட்கார்ந்திருக்கான்”

“தெரியல. நீ எதுக்கு அவனத் திட்டுற”

“அவன் ஓவர் பந்தா பண்ணுவான். ஃபர்ஸ்ட் இயர்ல என் க்ளாஸ் தான். போன வருஷம் ரிசல்ட்டுல அவன் தான் காலேஜ் ஃபர்ஸ்ட். ரொம்ப நல்லவன் மாதிரி ஆக்ட் பண்ணுவான். செகண்ட் மிட் டெர்ம்ல நீ அவன முந்திட்டியாமே. நீ தான் ஃபர்ஸ்ட் மார்க்குன்னு ஷைனி சொன்னா. நீ ஃபர்ஸ்ட் மார்க் எடுத்துட்ட இல்ல, அது அந்த ஜிஷ்ணுவுக்குப் பிடிக்காது”

“அத விடு. உங்க வீட்டுல எல்லாரும் எப்படி இருக்காங்க. தம்பி, தங்கச்சி”

“நான் சிங்கள் சைல்டு. எனக்கு சிப்ளிங்க் யாரும் இல்ல”

அரசுவுக்கு முகம் மாறியது.

“சாரி”

“இதுக்கு எதுக்கு சாரி. டெய்லி காலேஜ்க்கு ஊருல இருந்து வந்துட்டா போற”

“இல்ல. நீ”

“நான் ஆரம்பத்துல வந்துட்டுதான் போனேன். ட்ராவல் டயர்ட். எக்ஸாம் டைம்ல படிக்கவே முடியல. அதனால இப்ப இங்க ரிலேட்டிவ் வீட்டுல ஸ்டே பண்ணியிருக்கேன், கதீட்ரல் சர்ச் கிட்ட வீடு. வீக் எண்டு டாடி கார்ல வந்து கூட்டிட்டு போவாரு. அதுக்கு தான் வெயிட் பண்ணிக்கிட்டு இருக்கேன்”

அவர்கள் பேசிக்கொண்டிருக்கையிலேயே கார் வந்து நின்றது. லவ்லின் காரில் ஏறி அமர்ந்தாள். காரின் கண்ணாடியை இறக்கி அவனைப் பார்த்தாள்.

“நான் கிளம்புறேன் லவ்லின்”

“ஊருக்கு தான போற”

“ஆமா”

“பேசாம எங்க கார்ல வந்துடு”

“இல்ல. இருக்கட்டும்”

“டாடி. சொல்லுங்க டாடி”

“கம் ஆன் மை பாய். டோன்ட் ஹெசிட்டேட்”

காரின் முன் சீட்டில் அமர்ந்துகொண்டான். பயணம் முழுவதும் அவள் பேசிக் கொண்டே வந்தாள். ஓயாமல், அவள் பேசுவதைப் பார்க்க அவனுக்கு ஆயாசமாக வந்தது. எப்படி இவளால் பேசிக் கொண்டே இருக்க முடிகிறது? வாய் வலிக்காதா? சோர்வு ஏற்படாதா? அவன் சற்று திகைத்துதான் போனான். கோரம்பள்ளம் தாண்டி ஊருக்குள் கார் வந்தது. மில்லர்புரத்தில் ஒரு பெட்ரோல் பங்க்கில் காருக்கு டீசல் போட்டனர். அரசு பெட்ரோல் பங்க்கை சுற்றும் முற்றும் பார்த்தான். இரண்டாம் கேட் அருகில் அவன் இறங்கிக் கொண்டான்.

“ரொம்ப தேங்க்ஸ் லவ்லின்”

“உன் தேங்க்ஸ நீயே வச்சுக்க. மன்டே மார்னிங் நான் கார்ல தான் காலேஜ்க்கு போவேன். ஓய் காண்ட் யூ ஜாயிண்ட் வித் மீ”

“பரவாயில்லை இருக்கட்டும். நான் பஸ்லே போயிக்கிறேன்”

“சும்மா வா. மோஸ்டலி இந்த மந்த் ஃபுல்லா நான் டெய்லி கார்ல தான் காலேஜ் போயிட்டு வருவேன். நீயும் வேணா கூட வா”

“அம்மா கிட்ட கேட்டு சொல்லுறேன்”

“நீ என்ன சின்ன பையனா. இத எல்லாம் அம்மா கிட்ட கேட்க” என்றார் லவ்லின் தந்தை.

கார் வேகமெடுத்து சென்றது. அவன் எவ்வித அவசரமுமின்றி மெதுவாக வீட்டுக்கு நடந்தான்.

“ஏன்டா மது, நேக்கு ஏதாவது வழி சொல்லேன்டா”

“சுபத்திரா சொல்லுற மாதிரி நீ பித்துக்குளிதான்டா”

“ஏன்டா அப்படி சொல்லுற”

“பின்ன என்னடா, என் தோப்பனாரைப் பற்றி நோக்கே நன்னாத் தெரியும். நீ ஃபர்ஸ்ட் மார்க் வாங்கினாலே அவர் உனக்கு என் தங்கையை கன்னிகாதானம் பண்ணி தர மாட்டார். இப்போ புதுசா இப்படி ஒரு பிரச்சனையோட வந்து நிற்கிற”

“நான் என்ன பண்றது”

மதுசூதனனும், ஜிஷ்ணுவும் பேசிக்கொண்டே கோவில் சன்னதியில் உள்ள வீட்டுக்கு சென்று கொண்டிருந்தனர்.

“வேற வழியே இல்லையா. நடந்து முடிந்த இந்த மிட்டர்ம்லையும் பாழாய் போற அந்த அரசுதான் ஃபர்ஸ்ட்”

“என் தோப்பனார் கிட்ட சொல்ல வேண்டாம் கேட்டியோ? அவர் ஒத்துண்டுருவார்னு நீ நம்புறதே அசட்டுத்தனம். இதுக்கு ஒரே வழிதான் இருக்கு”

“என்னது”

“அந்த அம்பி பேரு என்ன சொன்ன. திருநாவுக்கரசு. பேசாம அவனான்ட போய் சொல்லு”

“என்னன்னு”

“இதோ பாருடா. நேக்கு எல்லாமே என் மாமா பொண்ணு சுபத்ரா தான். நான் ஃபர்ஸ்ட் மார்க் எடுத்தா தான் அவ நேக்கு கிடைப்பா. எனக்காக நீ ஃபர்ஸ்ட் மார்க் எடுக்காதேன்னு”

“என்னைப் பார்த்தா நோக்கு கேலியா தெரியுறது. அப்படித் தானே”

“போன வருஷம் வரை உன்னோட போட்டிப் போட ஆளில்லை. நீ ஜெயிச்சுண்டு இருந்த. இந்த வருஷம் உனக்கு காலனாட்டம் அவன் வந்து நிற்கிறான். அவன் காலுல விழுகிறத தவிர வேற வழியில்லை”

“உன்னான்ட வந்து ஐடியா கேட்டேன் பாரு”

“நீ ஒன்னும் பயப்படாதே. என் தோப்பனார் மறுத்தாலும் நான் நோக்கு ஹெல்ப் பண்ணுறேன்”

“எப்படி”

“படிப்பு முடிந்ததும் என் தங்கையை இழுத்துண்டு ஓடிரு”

“நன்னாயிருக்கு”

கோவில் சன்னதியில் உள்ள வீட்டுக்கு வந்ததும் இருவரும் அமைதியானார்கள்.

“கங்கா தாத்தா, இந்தாங்கோ உங்க அயிட்டம்”

அவர் கையில் வாங்கிய பொட்டலத்தைப் பிரித்து அல்வாவை வாயில் போட்டார்.

ஜிஷ்ணுவின் கண்கள் சுபத்ராவைத் தேடின.

அவள் முக்காலியில் ஏறி நின்று எதையோ எடுத்துக் கொண்டு இருந்தாள்.

சுபத்ரா ஜிஷ்ணுவின் சொந்த மாமா மகள். மதுசூதனன் சுபத்ராவின் சகோதரன். ஜிஷ்ணுவை விட பத்து வயது மூத்தவன். பள்ளிப் படிப்பு வேண்டாமென்று வேதம் படித்துக் கொண்டான். பெருமாள் கோவிலில் கைங்கரியம். ஆள் பழக்கவழக்கங்களில், யோசனையில் படு விவரம். மகா புத்திசாலி. பேச்சில் வல்லவன். பேசி மயக்கியே காரியம் சாதித்துவிடுவான்.

இந்த இராகவன் மாமா ஃபர்ஸ்ட் மார்க் எடுக்க வேண்டும் என்று சதா சர்வ காலமும் நச்சரிப்பு. ஜிஷ்ணு அவரின் தொந்தரவால் தான் இ.சி.இ. டிபார்ட்மென்ட்டே எடுத்தான். மெக்கானிக்கல் இன்ஜினியரிங்க் சேர விரும்பியவனை இந்த மாமா சும்மா இருக்காமல் “டேய் ஜிஷ்ணு இ.சி.இ. ஈஸியா இருக்கும். அதையே எடுத்து படி டா” என்றார். வெளியூர் கல்லூரியில் சேர்ந்தால் சுபத்ராவை அன்றாடம் காணும் பாக்கியம் இல்லாமல் போய்விடும் என்று திருநெல்வேலியில் கிடைத்த கல்லூரியில் மாமா சொன்ன கோர்ஸில் சேர்ந்து கொண்டான். தினமும் சுபத்ராவைப் பார்க்க வந்து விடுவான்.

சுபத்ரா ஜிஷ்ணுவைப் பார்த்தாள். அவன் அவளைப் பார்த்து புன்முறுவல் பூத்தாள்.

“போதும்டா, பல்லை இளிச்சுண்டு இருந்தது. கை,கால் அலம்பிண்டு வா, சாப்பிடலாம்“

"நேக்கு பசியில்லை"

"இன்றைக்கு ஸ்பெஷல் பருப்பு உசிலி, சுபத்ரா செய்தது"

இருவரும் அமர்ந்து சாப்பிட்டனர்.

"எங்கே மாமியைக் காணோம்"

"அவா பலராமன் ஆத்துக்கு போயிருக்கா"

சுபத்ரா பொம்மைகளை துடைத்துக் கொண்டே சொன்னாள்.

"இன்னும் கொஞ்சம் சாதம் போட்டுக்கோடா மது"

"நேக்கு போதும்"

மதுசூதனன் எழுந்து கொண்டான். ஜிஷ்ணு நெய்யைக் கொட்டி முழக்கினான்.

"டேய் ப்ரம்மஹத்தி. நெய் என்ன விலை விற்கறது தெரியுமோ"

நெய் ஜாடியை மது நகர்த்தினான்.

"நெய்யில்லா உண்டி பாழ்றா மது. நோக்கு தெரியாதோ"

"நேக்கு எல்லாம் தெரியும். உங்க ஆத்துல நெய்யே வாங்குறது இல்லை"

அடுத்த வாரம் கொலுவுக்கு வைக்க வேண்டிய பொம்மைகளை எல்லாம் எடுத்துத் துடைத்து ஒரு ஓரமாக அடுக்கிக் கொண்டிருந்தாள்.

"சுபத்ரா பருப்பு உசிலி பிரமாதம்"

ஜிஷ்ணு கையை முகர்ந்து கொண்டே சொன்னான்.

"அவள் எங்கே பருப்பு உசிலி செய்தாள். எல்லாம் நம்ம கங்கா தாத்தா செய்தது"

"என்னது, கங்கா தாத்தாவா"

அவள் அவனைப் பார்த்துக் கிண்டலாக சிரித்தாள்.

"அது இருக்கட்டும். நேக்கு ஒரு ஐடியா" என்றான் மது.

"எதைப் பற்றி"

"வரும் போது புலம்பிண்டு வந்தாயே, அதைப் பற்றி"

"என்ன ஐடியா"

"கிட்ட வா"

ஜிஷ்ணுவின் காதில் மது ரொம்ப நேரம் என்னவோ ஓதினான். சொல்லி முடித்துவிட்டு 'சரியா'என்பது போல ஜிஷ்ணுவைப் பார்த்தான்.

“நீ சொல்ற மாதிரி நடக்க வாய்ப்பிருக்கா”

“நடக்கும்னு ஒன்னும் உத்ரவாதம் கிடையாது. ட்ரை பண்ணுவோம். விதி உன் பக்கம்னு வை, அத்தோட எல்லாப் பிரச்சனையும் தீர்ந்திடும்”

“இது தப்பில்லையாடா மது”

“தப்புதான். நமக்கு வேறு வழியில்லை”

“நேக்கு பயமா இருக்கு”

“அப்போ சுபத்ராவை மறந்துட்டு வேற கதையை போய்ப் பாரு”

“டேய் மது”

“என்ன, என்னோட பேரு அடிபடுறது”சுபத்ரா

“அது ஒன்னும் இல்லை. ஜிஷ்ணுவால இப்ப எல்லாம் ஃபர்ஸ்ட் மார்க் ......”

“மது, வாயை மூடு”

“என்ன சொல்லுற ஓ.கே.வா”

“நீ சொல்ற மாதிரி செய்யுறது மகா பாவம்”

“பாவம், புண்ணியம், சரி, தப்பு, இப்படி எதுவும் இந்த லோகத்துல கிடையாது. நமக்கு வேணும்ங்கிறத அடைய நாம என்ன வேணும்னாலும் செய்யலாம். பாவம்னே வச்சுண்டாலும் அது என் தலையில தான் வந்து விடியும். நீயும், சுபத்ராவும் ஷேமமாயிருப்பேள்”.

“பேசிண்டு இருந்தது போதும். இரண்டு பேரும் இங்க வாங்கோ. கொலு பொம்மையில இந்த கற்பக விருட்சம் விக்கிரகம் ரொம்ப விசேஷம். விழுந்து நமஸ்கரிங்கோ” சுபத்ரா குரல் கொடுத்தாள்.

இருவரும் கற்பக விருட்சத்தினை வணங்கினர்.

“இதை மனதார வணங்கி என்ன வேண்டிண்டாலும் கிடைக்கும். மூணு வருஷமாத் தேடி, இன்றைக்குத்தான் கிடைச்சிருக்கு. உங்களுக்கு என்ன வேணுமோ அதை மனதார வேண்டிக்கோங்கோ”

ஜிஷ்ணு கண்களை மூடி நீண்ட நேரம் பிரார்த்தனை செய்தான். கீழே விழுந்து நமஸ்கரித்தான். கண்களைத் திறந்தவனைப் பார்த்து சுபத்ரா ‘என்ன வேண்டிண்ட’ என்றாள்.

“அவன் என்ன வேண்டியிருக்க போறான். நேக்கும், சுபத்ராவுக்கும் சீக்கிரம் கல்யாணம் ஆகணும்னு வேண்டியிருப்பான். என்னடா படவா, சரியா சொன்னேனா”

வெளியில் இருந்து கங்கா தாத்தா சத்தமாக சொல்லி சிரித்தார்.

“இது ஒரு கிழம். நேரங்காலம் தெரியாம பெனாத்தும். தான் பேசுறத ஜோக்குனு நினைச்சுண்டு தானே சிரிக்கும். போதாக்குறைக்கு சமையல் வேற செய்து பிராணனை வாங்கும். போன வாரம் சீடை செய்யுறேன்னு சொல்லி என்னவோ செய்து தொலைத்திருக்கு. பக்கத்து ஆத்து மாமி இருக்காளே, அதான் அந்த ‘மண்டு’ மரகதம். அதை எடுத்துண்டு போய் வாயிலப் போட்டு பல்லு பேந்து கிடக்கு. அந்த சீடையைத் தான் வெள்ளை கோலிக்கானு வளையல் கடையில வித்துண்டு இருக்கான். ‘இருட்டுக் கடை’ அல்வாவை எழுபது வருஷமா டெய்லி திங்குறது, இதுக்கு சுகரில்லை. அல்வாவை மோந்து கூடப் பார்க்காத என் தோப்பனாருக்கு சுகர், கிரகச்சாரம். எல்லாம் ப்ரம்மலிபி ”

மதுசூதனன் முணு முணுத்துக் கொண்டே ஜிஷ்ணுவைப் பார்த்தான்.

அடுப்பில் கருப்பட்டிக் கலந்த தண்ணீர் கொதித்துக் கொண்டிருந்தது. நேற்று மாலை சம்பந்தம் மட்டக்கடையில் உள்ள மாவுமில்லில் திரித்து வந்த உளுந்த மாவை அள்ளிச் சட்டியில் போட்டாள். கொதித்து இறக்கிய கருப்பட்டி பாகுவை மாவுச் சட்டியில் ஊற்றினாள். நல்லெண்ணெய்யை ஊற்றிக் கட்டி சேராமல் கிண்டினாள். இடையிடையே எண்ணெயை ஊற்றிக் கொண்டே வந்தாள். நல்ல இளஞ்சூட்டில் களியை உருண்டை உருட்டித் தட்டில் வைத்தாள். சிறு துண்டை எடுத்து வாயில் போட்டு ருசிப் பார்த்தாள். என்ன இருந்தாலும் பருவதத்து ஆச்சி கிண்டும் களியின் ருசிக்கு ஈடாகாது. ‘உடன்குடி’ பழைய கருப்பட்டி வாங்கி, செக்கில் ஆட்டிய நயம் நல்லெண்ணெயை ஊற்றி, அவள் கைப்பக்குவத்தில் உருட்டித் தரும் களியைத் தின்றால் ருசி அப்படியிருக்கும்.

உருட்டிய களியைத் தட்டில் வைத்து எடுத்து வந்தாள்.

“தெலகம், இந்தா பிடி”.

அவள் களியை வாங்கி வாயில் போட்டாள்.

"சூடு ஆறட்டும்ட்டீ"

கிணற்றடியில் நின்றுகொண்டிருந்த சம்பந்தம் வீட்டுக்குள் வந்தான்.

"எம்மா, அஞ்சு ரூவாக் குடு"

"எதுக்கு"

"பண்டம் வாங்க"

"பண்டம்லாம் ஒன்னும் வாங்க வேண்டாம். களியைத் தின்னு"

"எனக்குக் களி வேண்டாம்"

"அப்ப பேசாம கெட"

"நைட்டுக்கு 'சொதி' வைக்கிறியா மா"

"சொதியா"

"ஆமா. திலகத்துக்கு மட்டும் களிக் கிண்டிக் குடுக்க. அவளுக்கு மட்டும் உளுந்த பருப்புச் சோறு வச்சுக் குடுக்க"

"நான் ஏற்கனவே சொல்லி இருக்கேன். இனிமே அவ கூட மல்லுக்கு நிக்கக் கூடாதுனு"

"ப்ளீஸ்மா"

"இந்தா களியைத் தின்னு"

தட்டை அவன் பக்கம் தள்ளினாள்.

"எனக்கு ஒன்னும் வேணாம்"

தட்டை ஒரு எத்து எத்தினான்.

அறம்வளர்த்தாளுக்குக் கோபம் வர, அடுப்படிக்குச் சென்று சட்டாப்பையை எடுத்து வந்து அவனை அடித்தாள். இரண்டு, மூன்று அடிகள் விழ அவன் அழுதுகொண்டே தெருவாசலுக்கு வந்தான்.

கல்லூரியில் இருந்து வந்துகொண்டிருந்தவன் தம்பி அழுவதைப் பார்த்தான்.

"எதுக்குல அழுவுற"

"அம்மை அடிச்சுட்டா"

"நீ என்ன பண்ணுன"

அவன் அழுதான்.

"சும்மா இருக்கும் போது எதுக்குல அம்மை அடிக்குறா"

"பண்டம் வாங்கத் துட்டு கேட்டேன்"

மாலை பேருந்தில் வராததால் மீதமிருந்த காசில் ஐந்து ரூபாயை எடுத்துக் கொடுத்தான்.

"இந்தா, போய் பண்டம் வாங்கித் தின்னு"

அரசு வீட்டிற்குள் வந்து மீதமிருந்த காசை அறம்வளர்த்தாளிடம் ஒப்படைத்தான்.

7

பள்ளியில் தலைமை ஆசிரியை அறையின் வெளியே அறம்வளர்த்தாளும், சம்பந்தமும் நின்று கொண்டிருந்தனர். சம்பந்தத்திற்கு சிரிப்பு, சிரிப்பாக வந்தது. ஏனோ தெரியவில்லை, தலைமை ஆசிரியை அறைக்கு வந்தாலே சிரிப்புத்தான் வருகிறது. அந்த மேடத்தைப் பார்த்தால் எல்லோருக்கும் பயம் வருகிறது. ஆனால், எனக்கு மட்டும் சிரிப்பு வருகிறது. அவர்களின் தலைமுடியும், கண்ணாடியும், தெத்துப் பல்லும், குரலும் எல்லாமே சிரிப்புத்தான். வெளியில் நிற்கும் போதே இப்படி சிரிப்பு வருகிறது. உள்ளே சென்றால் என்னவாகுமோ தெரியவில்லை.

“வரச் சொல்லுங்க”

“மேடம் ஹெச்.எம். கூப்பிடுறாங்க”

சம்பந்தமும், அறம்வளர்த்தாளும் உள்ளே சென்றார்கள். அவள் நாற்காலியில் அமர, சம்பந்தம் பக்கத்தில் நின்று கொண்டான்.

“உங்களை எதுக்கு வரச் சொன்னேன்னு தெரியுமா”

“தெரியலீங்க”

“உங்க பையன் மேல ஏகப்பட்ட கம்பளைண்ட்ஸ்”

“மேடம்”

“வெயிட் பண்ணுங்க. நான் சொல்லி முடிச்சுக்கிறேன்”

“..................”

“ஒழுங்கா படிக்கிறது இல்லை. கூடப் படிக்கிற பசங்கள அடிக்கிறான், டீச்சர்ஸ எதிர்த்து பேசுறான், திருடுறான், இன்னும் நிறைய...”

அவள் சம்பந்தத்தைத் திரும்பி முறைத்தாள்.

"அவுங்க சொல்றது எல்லாம் உண்மையா. சொல்லு"

"..............................."

"உன்கிட்டதான் பேசுறேன். வாயைத் திறந்து பேசு"

"அன்சர் யுவர் மதர்"

தலைமை ஆசிரியை கட்டைக் குரலில் சொல்ல அவன் வாய் விட்டுச் சிரித்துவிட்டான்.

"பார்த்தீங்களா. இவ்வளவு சொல்றோம். உங்க பையன் சிரிக்கிறான்"

அவள் எழுந்து அவனைக் கன்னத்தில் அறைந்தாள். முதுகில் நன்றாக அடித்தாள். அவள் அறைந்ததில் அவன் கன்னத்தில் கைவிரல் நன்கு பதிந்தது.

"மேடம். டு தீஸ் திங்ஸ் இன் யுவர் ஹோம்"

அழுது கொண்டிருந்தவனுக்கு அந்தக் குரலைக் கேட்டு மீண்டும் சிரிப்பு வந்தது. இது என்ன கட்டைக் குரல். இவர்கள் வீட்டிலும் இப்படித்தான் பேசுவார்களா? அவனால் சிரிப்பை அடக்க முடியவில்லை.

"சம்பந்தம், நீ வெளியே போய் நில்லு"

அவன் வெளியே சென்றான்.

"மேடம் சின்னப்பையன். விளையாட்டுத்தனமா........."

"நீங்க டி.சி.வாங்கிக்கோங்க"

"மேடம்"

அவள் அதிர்ச்சியானாள். இது என்ன புதுப் பிரச்சனை.

"எங்க ஸ்கூலுக்கு ஒரு ரெப்புட்டேஷன் இருக்கு. உங்க பையன் எல்லா சப்ஜெக்ட்டுலையும் ஃபெயில். வி.ஆர். ப்ரொடியூஸிங் சென்டம் ரிசல்ட் எவெரி இயர்"

"மேடம், தயவு செஞ்சு இரக்கம் காட்டுங்க. டென்த். அவன் வாழ்க்கை"

"நீங்க இந்த மந்த் பீஸ் வேற பே பண்ணல"

"ரெண்டு நாள்ல கட்டிடுறேன்"

"எங்க டைமை வேஸ்ட் பண்ணாதீங்க"

"திடீர்னு இப்படிச் சொன்னா நான் அவன எங்க போய் சேர்ப்பேன்"

“நிறைய கவர்மெண்டு ஸ்கூல் இருக்கு. யு மே ட்ரை பார் ஹிம்”

ஒரு பைலைக் கொண்டு வந்து, அதிலிருந்து ஒரு பாரமை எடுத்து, அதில் அவளிடம் கையொப்பம் வாங்கினார்கள்.

“இந்தாங்க உங்க பையன் டி.சி,”

அவள் வாங்கிக் கொண்டாள்.

“சொல்றேன்னு தப்பா நினைக்காதீங்க. உங்க பையனுக்கு சுட்டுப் போட்டாலும் படிப்பு வராது. அவனை பேசாமல் வேலைக்கு அனுப்புங்க”

அவள் எழுந்து அறையை விட்டு வெளியே வந்தாள். இனி எஸ்.ஏ.வி., St.சேவியர்ஸ், கால்டுவெல் போன்ற அரசுப் பள்ளியில் முயற்சிக்க வேண்டும். அவன் இன்னும் சிரித்துக் கொண்டுதான் இருந்தான். அதைப் பார்த்து அவளுக்கு ஆத்திரமாக வந்தது. அவனை ஓங்கி அறைந்தாள். அவன் அடி தாளாது கீழே விழுந்தான்.

“படிக்க அனுப்புனா கண்டது கழியதப் பண்ணி இப்படி என்ன அசிங்கப்படுத்திட்டியே. உன் படிப்புக்காக வேற யார் கிட்டயாவது போய் நிக்கணும். உங்க அண்ணனைப் பார்த்து கத்துக்க. திலகம், உன் தங்கச்சிதான அவ எப்படி படிக்கிறா. ஒழுங்கா படிச்சா, உனக்கு என்ன கேடு”

இம்முறை அடி அவனுக்கு வலிக்கும் படியாகவே விழுந்தது. எழுந்து நின்றவன் கண்களைத் துடைத்துவிட்டு, அவளைப் பார்த்தான். மூசு, மூசுவென வந்தது.

“படி, படினு எதுக்கு என் உயிர வாங்குற”

“வாய மூடு. பேசாத”

அவள் அடிப்பதற்கு கை ஓங்கினாள்.

“சும்மா, சும்மா அடிக்காத. ஓவரா அடிச்ச நானும் அப்பா மாதிரி எங்கேயாவது ஓடிப் போயிருவேன்”

அறம்வளர்த்தாள் கையில் டி.சி.யுடன் சென்றாள். சம்பந்தம் தலைமை ஆசிரியைப் பார்த்து சிரித்துக்கொண்டு நின்றான்.

இரண்டு நாட்களாக வகுப்பறையின் வெளியே நின்று பாடங்களைக் கவனித்துக் கொண்டிருந்தான். வெளியில் நின்று கவனிப்பது ஒன்றும் அவனுக்கு கஷ்டமாக இல்லை. ஆனால்,

நின்று கொண்டே நோட்ஸ் எழுதுவது தான் மிகவும் சிரமமாக இருந்தது. ஒரு வாரமாக வகுப்பறையின் கடைசி பெஞ்சில் நின்று வகுப்புகளைக் கவனித்தான். இந்த வாரம் தொடக்கத்தில் இருந்தே வெளியில் நிறுத்திவிட்டார்கள். சிறிது நேரத்தில், காலை இடைவேளைக்கான மணி ஒலித்தது. வகுப்பின் உள்ளே வந்து பையினுள் நோட்டுகளை வைத்துவிட்டு, அடுத்து வரும் பீரியடுக்கான நோட்டுகளை எடுத்துக் கொண்டிருந்தான்.

"ஹாய் அரசு"

லவ்லின் குரல் கேட்டுத் திரும்பினான்.

"ஹாய்"

"என்னாச்சு. உன்னை என் கார்லதானே வரச் சொன்னேன்"

"உனக்கு எதுக்கு தேவையில்லாம கஷ்டம்"

"ஒரு கஷ்டமும் இல்ல"

"இன்னைக்கு ஈவினிங் என் கூட கார்ல வர்றியா"

"இல்ல வேண்டாம்"

"உன் இஷ்டம். பெல் அடிச்சுட்டாங்க. நான் க்ளாஸ்க்கு போறேன் பை பை"

அடுத்த வகுப்புத் தொடங்க அவன் மீண்டும் வெளியே சென்று நின்று கொண்டான். பாடம் எடுக்க வந்த பொன்முருகன் சார் அவன் வெளியே நிற்பதைப் பார்த்தார்.

"ஓய் ஆர் யு ஸ்டாண்டிங் அவுட்சைட்"

"சார்"

"டெல் மீ லவுடர்லி"

"ஃபீஸ் பே பண்ணலை. அதான்"

"இட்ஸ் ஓ.கே. நீ உள்ள வந்து நின்னு கவனி"

அவன் உள்ளே வந்து கடைசி பெஞ்சில் நின்று கொண்டான்.

வகுப்பு மும்முரமாக போய்க் கொண்டிருந்தது. பிரின்சிபால் ரூமில் இருந்து வந்த ப்யுன் பொன்முருகன் சாரிடம் ஒரு துண்டு சீட்டைக் கொடுத்தார்.

"திருநாவுக்கரசு. யு ஆர் வான்டெட் பை பிரின்சிபால். கோ அண்ட் மீட் ஹிம் இம்மீடியேட்லி"

அவன் வகுப்பிலிருந்து பிரின்சிபால் அறைக்கு சென்றான். அறையின் வெளியே நின்றான். கதவைத் திறந்து சிலர் வெளியே வருவதும், சிலர் உள்ளே செல்வதுமாக இருந்தனர்.

பத்து நிமிடங்களுக்கு மேலாக அவன் வெளியில் காத்துக் கொண்டிருந்தான். சிறிது நேரத்தில் பெல் அடிக்க, அவன் உள்ளே சென்றான்.

“மே ஐ கம் இன் சார்”

“யெஸ் கெட் இன்”

“திருநாவுக்கரசு. இ.சி.இ. டிபார்ட்மெண்ட். லேட்டரல் என்ட்ரி”

“யெஸ் சார்”

“பீஸ் என்னாச்சு”

“சார்”

“ஜாயின் பண்ணும்போது டூ மந்த்ல பே பண்ணுறேன்னு சொன்னீங்க. இன்னும் ஒன் மந்த்ல செமஸ்ட்டரே வந்துரும்”

“பேமிலி ப்ராப்ளம்”

“ஐ டோன்ட் நீட் யுவர் ரீசன்ஸ். பீஸ் எப்போ பே பண்ணுவீங்க”

“ஒன் வீக்ல”

“இதையே தான் லாஸ்ட் வீக் உங்க க்ளாஸ் அட்வைசர் கிட்ட சொல்லி இருக்கீங்க”

“................”

“பீஸ் பே பண்ணிட்டு இனிமே க்ளாஸ் அட்டென்ட் பண்ணுங்க”

“சார்”

ஒன் வீக்ல பே பண்ணலைனா யுவர் அட்மிசன் கெட் கேன்சல்டு. நீங்க ஜாயிண்ட் பண்ணும்போது எழுதிக் கொடுத்தீங்க. டூ யு ரிமெம்பெர் தட்?”

“ப்ளீஸ் சார்”

“ப்ரம் டுமாரோ ஆன்வர்ட்ஸ் யு நீட் நாட் டூ கம் டூ காலேஜ். அஃப்டர் பைட் யுவர் பீஸ் யு வில் கம். யு மே லீவ் நௌவ்”

அவன் வகுப்பிற்கு வந்து புத்தகப் பையினைத் தூக்கிக் கொண்டு வராண்டாவில் நடந்தான். கம்ப்யூட்டர் சயின்ஸ் டிபார்ட்மெண்டை கடக்கையில் ஜன்னல் வழியே வகுப்பறையில் லவ்லின் அமர்ந்திருப்பதைப் பார்த்தான். கல்லூரியை விட்டு வெளியே வந்தான். ஊருக்கு செல்லப் பிடிக்கவில்லை. பேருந்திற்கு நிற்க மனமில்லாது எங்கே செல்வது என்று தெரியாமல் எங்கோ செல்லத் தொடங்கினான்.

8

அறுந்த செருப்பைத் தூக்கி எறிய மனம் வரவில்லை. தாலிச் செயினில் கோர்த்திருந்த ஊக்கை எடுத்து செருப்பைத் தற்போதைக்கு சரி செய்து போட்டுக்கொண்டு நடந்தாள். நாராயணன் செட்டித் தெருவில் உள்ள வீட்டிலும், அயல்நாயக்கர் தெருவில் உள்ள பண்ட கடையிலும் வேலையை முடிப்பதற்கே மதியம் ஆகிவிடுகிறது. அதற்குப் பிறகு வாடித் தெருவில் உள்ள வீட்டில் வேலை.

காம்பவுண்டில் உள்ள செல்லம்மக்காவிடம் வீட்டுக் கஷ்டத்தைச் சொல்ல, அவள் தான் யோசனை சொன்னாள்.

வாடித் தெருவுல ஒரு வீட்டுக்கு சமையல் வேலைக்கு ஆள் தேவையாம். நீ வேணுமுன்னா போய்க் கேட்டு பாரேன்"

"............................"

"என்ன யோசிக்கிற"

"ஒண்ணுமில்ல"

"நம்ம ஆட்கள் தான். எப்படியும் சம்பளம் நல்ல விதமாத் தான் தருவாங்க. உனக்கு ஒத்து வந்தா, போ. இல்லைனா வேண்டாம்னு நின்னுரு. எதுக்கு சொல்லுதமுனா மூணு பிள்ளைகளைக் கரை ஏத்தணுமில்ல"

மறுநாள் காலையில் வாடித் தெருவில் உள்ள அந்த வீட்டுக்குச் சென்றாள். அதுவும் காம்பவுண்ட் வீடுதான். ஒவ்வொரு வீட்டிற்கும் நடுவே நல்ல இடைவெளி இருந்தது. அவள் சென்ற போது வீடு திறந்து கிடந்தது. வாசலில் நின்று கொண்டு சத்தம் கொடுத்தாள்.

"எக்கா, எக்கா"

"......................"

உள்ளிருந்து ஒருவர் வெளியே வந்தார்.

"யாரும்மா என்ன வேணும்"

"சமையல் வேலைக்கு ஆளு வேணும்னு சொன்னாங்க"

"எங்கே இருந்து வாற"

"தருவைச் சந்து"

"தருவைச் சந்துல எங்க"

"முடுக்குல கடைசி காம்பவுண்ட்"

"ஹார்பர் முருகேசன் இருக்கிறானே, அந்த கம்பவுண்டா"

"ஆமாங்க"

"அப்ப, நம்ம ஆளுக தான்"

"................"

"நேத்து தான் திருநாவுக்கரசு மடத்துக் கிட்ட இருந்து ஒருத்தி வந்தா. சமையல் வேலைக்கு சேர்த்துக்கிட்டேன்"

"அப்படிங்களா"

"புருசன் எங்க வேலை பார்க்கிறாரு"

"................"

"உன்கிட்ட தான் மா கேக்குறேன்"

"அவுக வெளியூர்ல வேலை பார்க்குறாக"

"எத்தனை பிள்ளைங்க"

அவளுக்கு எரிச்சலாக வந்தது.

"மூணு"

"சமையல் வேலைக்கு வாரேன்னு சொன்னவ சமையல் மட்டும் தான் பார்ப்பேன்னு சொல்லிட்டா. இப்போதைக்கு ஏனம் கழுவவும், துணி துவைக்கவும்தான் ஆள் தேவை. ஒனக்கு சம்மதமுனா சொல்லு சேர்த்துகிடுறேன்"

வீட்டுச் செலவுக்குக் கூட கைமாற்று வாங்கித்தான் காலத்தைத் தள்ள வேண்டியுள்ளது. இந்த வேலையை ஒத்துக் கொள்வதுதான் புத்திசாலித்தனம் எனத் தோன்றியது.

"என்னமா பதிலைக் காணோம்"

"சரிங்க"

“உள்ள வா”

வீட்டின் உள்ளே சென்றாள். வெளியே பார்ப்பதற்குப் பழைய வீடு போல் காட்சி அளித்தாலும், உள்ளே புதிய வீடு போல் இருந்தது. பட்டார்சாலை அடுத்த அறைக்கு அழைத்துச் சென்றார். அறைக் கதவைத் திறக்க, கட்டிலில் ஒரு பெண் படுக்கையில் படுத்திருந்தாள். அவர் அந்த பெண்ணின் அருகே சென்று அமர்ந்தார்.

“மங்கை, மங்கை”

அந்தப் பெண் கண்களைத் திறந்து அறம்வளர்த்தாளைப் பார்த்தாள்.

“ஏனங் கழுவுறதுக்கும், துணித் துவைக்கிறதுக்கும் இவளை வேலைக்கு சேர்த்திருக்கேன்.

அந்தப் பெண் ஏதோ செய்கை செய்தாள்.

“உன் பேரு என்னனு கேக்குறா”

“அறம்வளர்த்தா”

“சரி. நீ தூங்கு”

அவர் அறைக்கதவை மெல்ல சாத்திவிட்டு வந்தார்.

“அவ என் பொண்டாட்டிதான். போன வருசம் வரைக்கும் நல்லாதான் இருந்தா. எனக்கு ஒரேயொரு மகன். பொண்ணுப் பார்த்துகிட்டு இருந்தோம். கோவில்பட்டிக்கு வண்டியில போனவன் ஆக்சிடென்ட்டுல இறந்துட்டான். அது தெரிஞ்சதும், இவளுக்கு ஸ்டோக் வந்துட்டு. அவன் செத்த அன்னைக்கு படுக்கையில விழுந்தவ. நானும் வேலைக்கு வி.ஆர்.எஸ். கொடுத்துட்டு வீட்டுலயே இருக்கேன்”

“டாக்டர் என்ன சொல்றாங்க”

“குணமாயிடும்னு தான் சொல்றாங்க. ஆனா ஒரு முன்னேற்றத்தையும் காணோம்”

“சாமிக் கும்பிடுங்க”

“சாமியைத்தான் நெதம் கும்பிடுறோமே. சரி. நாளையிலிருந்து வேலைக்கு வந்துரு. மதியம் ரெண்டு மணிக்கு மேல வா”

“சரிங்க”

சம்பளத்தைப் பற்றி அவள் எதுவும் பேசிக் கொள்ளவில்லை. அவர் கதையைக் கேட்ட பின் சம்பளத்தைப் பற்றி பேச

அறம்வளர்த்தாளுக்கு வாய் வரவில்லை. அடுத்த நாள் முதல் வேலைக்கு செல்லத் துவங்கினாள். அங்கு வேலைக்கு சேர்ந்த ஒரு வாரத்திற்குள் அயல்நாயக்கர் தெருவில் உள்ள பலகார கடையில் காலை எட்டு மணி முதல் பத்து மணி வரை பண்டங்களைப் பாக்கெட் போடும் வேலையும், பத்து மணிக்கு மேல் நாராயணன் செட்டித் தெருவில் ஒரு வீட்டில் சமையல் வேலையும் கிடைத்தது.

பதினைந்து நாட்களாக இப்படி கழிகிறது, வாழ்க்கை.

காலையில் பள்ளிக்குக் கிளம்புகையில் திலகம் சொன்னது நினைவுக்கு வந்தது.

“எம்மா மந்த்லி பீஸ் கட்ட நாளைக்கு தான் லாஸ்ட் டேட்டு. அதுக்கு அப்புறம் பைனோடதான் கட்டணும்”

வெயில் இன்னும் குறையவில்லை. வீட்டிற்கு வந்தவள், அடுக்களைக்கு சென்று போனிச்சட்டியில் தண்ணீர் மொண்டு குடித்தாள். ‘அக்கடா’ எனக் கால் நீட்டி அமர்ந்தவளுக்கு, கொஞ்சம் குறுக்கை சாய்க்கலாம் போலிருந்தது. மணி இன்னும் இரண்டு ஆகவில்லை. காலையில் வடித்த சோற்றை ரசம் ஊற்றிப் பிசைந்து, மசியலைத் தொட்டு உண்டாள்.

மஞ்சள் கயிற்றைக் கழுத்தில் கட்டிக் கொண்டாள். செயினை அடகு வைத்ததற்கான இரசீதையும், ரூபாயையும் வாங்கிக் கொண்டு சம்பந்தத்தை அழைத்துக் கொண்டு நடந்தாள்.

“தேவடியா மவனுக. பொம்பளைனா இவுனுகளுக்கு இளக்காரமா போச்சு. புருசன் இல்லாதவ இங்க ஒழுக்கமா வாழ முடியாது போல? ஏன் முடியாது? அதெல்லாம் வாழலாம். வாழவிடக் கூடாதுனு இந்த தாயோளிக கங்கணம் கட்டிக்கிட்டு அலையுறானுங்க. பொம்பளைக் கிட்ட வம்பு பண்ணுறவன் எல்லாம் ஆம்பளயே கெடையாது. மானங்கெட்ட ஜென்மம். எச்சிக்கலப் பய சாவட்டும்”

மதியம் சாப்பாட்டை முடித்துவிட்டு வாடித் தெரு வீட்டுக்கு வேலைக்கு நடந்தாள். இந்தப் பிய்ந்த செருப்பு இம்சையாகவே இருந்தது. பேசாமல் தூர வீசிவிட்டு வெறுங்காலில் நடக்கலாம். வழியில் நரகலை மிதித்து விட்டாலோ அல்லது கல்லோ முள்ளோ காலைக் கிழித்துவிட்டாலோ அது மேலும் சள்ளை. அவளுக்குத் திடீரென்று பரமனின் நினைவு வந்தது. பிள்ளைகளைப் பற்றி

சிந்தித்து இருந்தால், இப்படி செய்யும் எண்ணம் வந்திருக்குமா? ஒழுங்காக வேலைக்குச் சென்று, இருப்பதைக் கொண்டு வாழ்ந்திருந்தால், இன்று எனக்கு எச்சில் பாத்திரம் தேய்க்கும் நிலை வந்திருக்காது. எல்லாம் விதி. எதை, எதையோ சிந்தித்துக் கொண்டு காம்பவுண்டுக்குள் வந்து பார்த்த போது வீடு பூட்டிக் கிடந்தது. சாவி வைக்கும் இடத்தில் பார்த்தாள். சாவி இல்லை.

"யக்கா"

பக்கத்து வீட்டு ஜன்னலின் வழியே சத்தம் வந்தது. அவள் அருகில் சென்றாள்.

"இந்தாங்க சாவி. அந்த அம்மாவுக்கு உடம்பு சரியில்லைன்னு ஆஸ்பித்திரிக்கு கொண்டு போயிருக்காங்க.

"எப்போ"

"நேத்து ராத்திரி"

சாவியை வாங்கி வீட்டைத் திறந்து உள்ளே சென்றாள். அடுக்களையில் பாத்திரங்கள் எதுவும் கழுவக் கிடக்கவில்லை. சமைத்தால் தானே பாத்திரங்கள் கழுவ வரும் என நினைத்துக் கொண்டாள். அறைக்குச் சென்று கட்டில் விரிப்பையும், சில அழுக்குத் துணிகளையும் எடுத்து சோப்புத் தண்ணீரில் முக்கி வைக்கையில், செருப்புச் சத்தம் கேட்டது.

"நீதான் வந்திருக்கியா. வீடு தொறந்து கிடக்கேன்னு பார்த்தேன்"

"என்னாச்சு"

"ராத்திரி, மங்க ஒரு படியா வந்துட்டா. ஆம்புலன்ஸ வரச் சொல்லி ஏ.வி.எம்.ல கொண்டு சேர்த்திருக்கு. கொஞ்சம் குடிக்க தண்ணீக் குடு"

அடுக்களைக்குள் சென்று தும்பியில் தண்ணீர் கொண்டு வந்து கொடுத்தாள். தண்ணீரைக் குடித்துவிட்டு, நாற்காலியில் அமர்ந்தார்.

"யானம் எதுவும் கழுவ இல்லை. அதான் கெடந்த அழுக்குத் துணிய ஊற வச்சிருக்கேன்"

"சரி"

"எனக்கு ரூவா வேணும். மகளுக்கு ஸ்கூல் பீஸ் கட்டணும். சம்பளத்துல கழிச்சிக்கோங்க"

அவர் எழுந்து வேட்டியைத் தூக்கி ஜட்டியைக் கழற்றினார்.

அவள் தலையைத் திருப்பிக் கொண்டாள்.

"இந்தம்மா இதையும் துவைச்சிரு"

அவர் உள்ளாடையை நீட்டினார்.

"இவ படுக்கையில விழுந்து ஒரு வருசத்துக்கு மேல ஆச்சு. அதுலே இருந்து ஒரு சுகமும் இல்ல. நீ மட்டும் சம்மதிச்சேனு வையி, ராணி மாதிரி பார்த்துப்பேன். உன் புருசனும் ஊரை விட்டு ஓடிட்டானாமே"

பேசிக் கொண்டே வந்து அவள் தோள்பட்டையில் கையை வைத்தார்.

அறம்வளர்த்தாள் வெடுக்கென்று அங்கிருந்து நகர்ந்து வாசலுக்கு வந்து செருப்பை மாட்டிக் கொண்டாள். இரண்டடி சென்றவள், ஏதோ எண்ணம் எழ, மீண்டும் திரும்பி வந்தாள். காலில் கிடந்த பிய்ந்த செருப்பைக் கழற்றினாள்.

"ஏய், என்ன பண்ணுத"

அவள் கண் முன் பரமனும், சங்கரன்பிள்ளையும் மாறி மாறி வந்தார்கள். கன்னத்திலும், முகத்திலும் சரமாரியாக அடிகள் விழுந்தன. சத்தம் போட்டால் அக்கம் பக்கத்தில் உள்ளவர்களுக்குத் தெரிந்து விடும் என சிதம்பரம் பிள்ளை வாயைப் பொத்திக் கொண்டார். பிய்ந்த செருப்பை அங்கேயே போட்டுவிட்டு அறம்வளர்த்தாள் வெறுங்காலில் நடந்தாள்.

9

ஒரு வாரமாக திருநாவுக்கரசைப் பார்க்கவில்லை. கல்லூரிக்கும் வருவதில்லை. அவனைப் பார்க்காதது மனதிற்கு ஏதோ செய்தது. விசாரித்த போது பீஸ் ப்ராப்ளம் என்று அவனது க்ளாஸ் அட்வைசர் பரத் சார் கூறினார். ஐந்தாம் வகுப் பில் ரூபி மிஸ் க்ளாசில் அவனைப் பார்த்த கணம் ஒரு நிமிடம் வந்து சென்றது. சிறு வயதில் அவன் சிரிக்கும் போது அழகாக கன்னத்தில் குழி விழும். இப்பொழுது எல்லாம் அவன் அதுபோல் சிரிப்பதே இல்லை. எதை சொல்லியாவது சிரிக்க வைக்க முயற்சித்தால், லேசான புன்சிரிப்போடு போய் விடுகிறான்.

அவனது வீட்டு முகவரியை ஆஃபீஸ் ரிசப்ஷனில் வாங்கி ஷைனியை அழைத்துக் கொண்டு மேலூருக்கு, அவனைத் தேடிச் சென்றாள்.

“நம்பர் 21, வடக்கு ரத வீதித் தொடர்ச்சி”

“இது தான்”

“திருநாவுக்கரசு. திருநெவேலி காலேஜ்ஜுல பி.இ.படிக்கிற...”

“பரமன் மகனா. அவங்க இங்க இல்ல”

“காலேஜ்ஜுல இந்த அட்ரஸ்தான் கொடுத்தாங்க”

“முதல்ல இங்கதான் இருந்தாங்க. அவனோட அப்பா ஊர விட்டு ஓடிட்டாருல்ல”

“ஊர விட்டு ஓடிட்டாரா”

“ஆமா. ஊர் முழுக்க கடன வாங்கி வச்சிட்டு, பயந்து ஊர விட்டு ஓடிட்டாரு. அவன் குடும்பம் வீட்ட வித்துட்டு கீழூர் போய்ட்டாங்க”

"கீழூர்ல எங்க"

"மட்டக்கடைக் கிட்ட"

"தெரு பேரு"

"தெரு பேருலாம் தெரியல"

"உங்க பேரு"

"எதுக்கு"

"சும்மா தான்"

"மந்திரம்"

"தேங்க்ஸ்"

மட்டக்கடையில் எங்கு சென்று, யாரைக் கேட்பது. அவள் பேசாமல் அவளது வீட்டிற்கே சென்று விட்டாள்.

வீட்டிற்கு வந்து இரவு ப்ரேயரில் அரசுவுக்காக ஜெபம் செய்தாள். காலையில் விழித்து பைபிள் வாசிக்க மனதுக்குப் பிடிக்கவில்லை.

கார் 3 வது மைல் அருகில் சென்றுகொண்டிருந்தது. முன் சீட்டில் அன்று அரசு அமர்ந்திருந்தது ஞாபகம் வந்தது. ஐந்தாம் வகுப்பு முடித்து, ஆறாம் வகுப்பிற்கு ஹோலி கிராஸ் கான்வென்டுக்கு செல்ல அவளுக்குப் பிடிக்கவேயில்லை. ஐந்தாம் வகுப்பு கடைசிப் பரீட்சையில் அவனைப் பார்த்தது. அன்று காணாமல் போனவன். பல வருடம் கழித்து கிடைத்தான். இப்பொழுது மீண்டும் காணாமல் போய் விட்டான். அவன் அப்பா எதற்கு அப்படி செய்தார்? கடனுக்காக பயந்து பெற்ற பிள்ளையை விட்டுச் செல்வது என்பது, என்ன கணக்கு?

"லவ்லின், என்ன ஒன்னும் பேசாம அமைதியா வார்ற"

"ஒண்ணுமில்லை டாடி"

"உடம்பு எதுவும் சுகமில்லையா"

கார் மில்லர்புரம் பெட்ரோல் பங்க்கிற்குள் நுழைந்தது.

"அப்படி எல்லாம் எதுவும் இல்லை. ஐ அம் ஃபைன்"

"தென் ஒய் ஆர் யு சிட்டிங் சட். எதையோ தொலைச்ச மாதிரி"

"எத்தனை லிட்டர் சார்"

"டேங்க் ஃபில் பண்ணுப்பா"

“இந்த அரசு இருக்கான் இல்ல டாடி......”

தூரத்தில் பெட்ரோல் பங்க் ஊழியர் சீருடையில் கையில் பம்புடன் அரசு நின்றுகொண்டு வாகனத்திற்கு எரிபொருள் நிரப்பிக்கொண்டிருந்தான்.

“லவ்லின், அங்க பாரு. அது உன் ஃப்ரண்டுதானே”

அவனைப் பார்த்ததில் சந்தோஷமாகவும், இந்தக் கோலத்தில் பார்ப்பது வருத்தமாகவும் இருந்தது.

லவ்லினும், அவள் தந்தையும் காரை விட்டு இறங்கிப் போனார்கள். அரசு அவர்களைப் பார்த்து மறைந்துகொள்ள முயன்றான்.

“தம்பி, இங்க என்ன பண்ணுற”

“......................”

“நீ முதல்ல கார்ல வந்து ஏறு”

“இருக்கட்டும் சார். ஓனர் ஏசுவாரு”

“யாரு, நெல்லையப்பன் தானே ஓனர்”

“ஆமா”

“நான் பேசிக்கிறேன்”

லவ்லின் தந்தை ஓனர் அறைக்குள் சென்றார். அவள் அவனைப் பார்த்தாள்.

“ஏன் அரசு, என்கிட்ட சொல்லி இருக்கலாம்ல. நான் என்னால முடிஞ்ச ஹெல்ப் எதுவும் பண்ணிருப்பேன்ல”

“........................”

“ஏன்பா, ஏர் அடிக்க ஆளில்லையா”

“ஒரு நிமிசம் இரு. ஏர் அடிச்சிட்டு வந்துடுறேன்”

லவ்லின் தந்தை வெளியே வந்தார்.

“ லவ்லின், எங்க அந்த பையன்?”

“அதோ”

அவர் அவனருகே சென்றார். அவன் காற்று நிரப்பிக் கொண்டிருந்தான்.

“உங்க ஓனர் கூப்பிடுறாரு”

அவன் சென்றான்.

“சார்”

“நீ பவுல்ராஜுக்கு வேண்டியவன்னு சொல்லி இருக்கலாம்ல. அவரு கூடப் போயிட்டு வா”

கார் புறப்பட்டது. வழக்கம்போல் முன் சீட்டில் அமர்ந்து கொண்டான். இருபது நாட்களுக்கு முன்பே வேலைக்கு சேர்ந்திருந்தான். பார்ட் டைம் வேலை. மாலை ஆறு மணி முதல் காலை ஆறு மணி வரை. பங்க்கிலேயே தங்கிக் கொண்டான். பத்து நாட்களுக்கு முன்பு வரை, காலையில் கல்லூரி. மாலையில் வேலை என்று போய்க்கொண்டிருந்தது. திடீரென்று கல்லூரிக் கட்டணம் செலுத்தாத பிரச்சனை எழ, முழு நேரப் பணியென மாற்றிக் கொண்டான். வீட்டில் அம்மாவிடம் சொல்லவில்லை. பாவம், அவளும்தான் எவ்வளவு சுமையைத் தாங்குவாள். அப்பா செய்த தவறுக்கு, எல்லோருக்கும் தண்டனை. பழி மட்டும் அம்மாவின் மீது.

முழுநேர வேலை என்றாகி, பெட்ரோல் பங்க் சீருடையை அணிந்த போது மனம் வெறுத்துப் போய்விட்டது. இனி,என்ன இருக்கிறது இந்த வாழ்க்கையில். பணம் இல்லை என்கின்ற ஒரே காரணத்திற்காக கல்விப் புறக்கணிக்கப்படுகிறது. பணம் கையில் இருந்திருந்தால் இந்நிலை ஏற்பட்டிருக்காது.

இரவு பங்க்கில் பன்னிரெண்டு மணியோடு வேலை ஓய்ந்துவிடும். இரண்டு மணி வரை எதையேனும் படித்துக் கொண்டும், எழுதிக்கொண்டும் இருப்பான். கல்லூரி செல்லவில்லை என்றான போது, படித்து என்ன செய்வது. உறங்குவதற்கு சென்று விடுவான். கொசுக் கடியில் தூக்கம் சரியாக வராது, பாதி உறக்கத்தில் ‘ஏல ஐயா அரசு, உன்ன இன்ஜினியரு ஆக்கி அழகுப் பாக்கணும்னு நெனச்சேன். இப்படி பம்ப்பு பிடிச்சு நிக்கியே. இனி, இந்த சண்டாளி வாழ்ந்து என்ன பிரயோசனம்’ அம்மா வாயிலும், வயிற்றிலும் அழுது புலம்புவது போல் கண்ணுக்குள் காட்சி வரும்.

பங்க்கில் எவரிடமும் பழக பிடிக்கவில்லை. யாரிடம் பழகி, யாருக்கு லாபம். தான் உண்டு, தன் வேலை உண்டு என நாட்கள் போனது. தெரிந்தவர்களின் வாகனம் வந்தால், ஒளிந்து கொள்வான். வேறு யாரையாவது அனுப்பி வைப்பான். லவ்லின் காரை கவனித்து வைத்திருந்தான். இன்று அவர்கள் வேறு வாகனத்தில் வரவே, வசமாக சிக்கிக் கொண்டான்.

தூய பேட்ரிக்ஸ் சர்ச் வழியாக கார் தெருவின் உள்ளே நுழைந்தது. லவ்லின் பேசாமல் அமைதியாகவே வந்தாள்.

அரசுவுக்கு நிம்மதியாக இருந்தது. காரை ஓரமாக நிறுத்திவிட்டு மூவரும் இறங்கினார்கள்.

"லவ்லின், உன் ஃப்ரண்டை உள்ளே கூட்டிட்டுப் போ"

"வா அரசு"

உள்ளே அறையில் லவ்லினின் பாட்டி அமர்ந்து பைபிள் வாசித்துக் கொண்டிருந்தார்கள். இயேசுவின் திருவுருவப் படம் முன் இருந்த ஸ்டாண்டில் மெழுகுவர்த்தி உருகிக் கொண்டிருந்தது. லவ்லினின் அம்மா அவனை வரவேற்றாள்.

"வா, தம்பி"

"மம்மி, நான் சொன்னேன்ல அரசு. அது இவன்தான். மை ஃப்ரண்ட்"

அவன் லவ்லினின் தாயைப் பார்த்து சிரித்தான்.

ஹாலில் இருந்த சோஃபாவில் அமர்ந்தான். குடிப்பதற்கு ஜூஸ் கொண்டு வந்து கொடுத்தார்கள். அவன் வாங்கி அருந்தினான். பவுல்ராஜ் ஆடையை மாற்றிவிட்டு ஹாலில் வந்து அமர்ந்தார்.

"சொல்லு தம்பி. உனக்கு என்ன ப்ராப்ளம்"

"........................."

"சொல்ல இஷ்டமுன்னா சொல்லு. ஐ வில் ட்ரை டு சால்வ் யுவர் ப்ராப்ளம். ஆர் எல்ஸ் யுவர் விஷ்"

"அப்படி இல்ல சார்"

அரசு எல்லாவற்றையும் கொட்டித் தீர்த்தான். யாரிடமாவது கொட்டித் தீர்க்கத்தானே செய்ய வேண்டும். மனதில் பாரம் சுமக்கிறவர்கள், எவரிடமாவது சிறிது நேரம் எனது பாரத்தை சுமந்து கொள் என்று கொடுப்பது தன்னைத் தானே பலப்படுத்திக் கொள்வதற்கன்றி, வேறொன்றுமில்லை. அவன் கண்களில் கண்ணீரைப் பார்த்த லவ்லினுக்கும் கண்களில் நீர் கசிந்தது. அவள் பாட்டி இன்னும் பைபிள் வாசித்துக்கொண்டு தான் இருந்தார்கள். அது அவன் காதில் விழுந்தது.

"டோன்ட் க்ரை மை பாய்"

"............................."

"உங்க அப்பாவைப் பற்றி போலீஸ் கம்பளைண்ட் எதுவும் கொடுத்தீங்களா"

“ஆமா. எங்க தாத்தா கொடுத்திருந்தாரு”

“எந்த போலீஸ் ஸ்டேஷன்”

“அது தெரியல”

“இப்போ நான் உனக்கு என்ன ஹெல்ப் பண்ணணும்னு எதிர்பார்க்குற”

“எனக்கு காலேஜ் ஃபீஸ் கட்டணும்”

“ஓ.கே”

“நீங்க கட்ட வேண்டாம் சார். பேங்க்ல எஜுகேஷன் லோன் தருவாங்கனு சொன்னாங்க. நான் விசாரிச்சேன். கார்டியன் சைன் வேணும்னு சொல்லிட்டாங்க. நீங்க லோன் ஏற்பாடு பண்ணிக் கொடுத்தீங்கனா எனக்கு ஹெல்ப்ஃபுல்லா இருக்கும்”

“நாளைக்கு சனிக்கிழமை. பேங்க் லீவு. மண்டே பேங்குக்கு போகலாம். அண்ட் உங்க பிரின்சிபால் கிட்ட நான் வந்து பேசுறேன். லோன் அப்ரூவல் ஆகுற வரைக்கும் டைம் குடுங்கன்னு கேட்போம். அவுங்க ஓ.கே. சொல்லாட்டி நான் ஃபீஸ் பண்ணிட்டு லோன் வந்ததும் அந்த அமௌன்ட் நான் எடுத்துக்கிறேன்”

“ரொம்ப தேங்க்ஸ் சார்”

“அங்கிள்னு கூப்பிடலாமே”

“தேங்க்ஸ் அங்கிள்”

“நீங்க போய் டின்னர் ரெடி பண்ணுங்க”

லவ்லினும், அவள் அம்மாவும் கிச்சனுக்குள் சென்றார்கள்.

“உன்கிட்ட ஒன்னு கேட்கலாமா”

“கேளுங்க அங்கிள்”

“உனக்கு உங்க அப்பாவைத் தேடலையா”

“தேடுது”

“தென், அவரைக் கண்டுபிடிக்கிற வழியப் பாப்போம். அவரு கிடைச்சிட்டா எல்லா ப்ராப்ளமும் சால்வாகிடும்”

இரவு உணவு விருந்து போல தயாரானது.

அரசு அசைவ உணவு உண்பது இல்லை. சைவ உணவுகளையும், பழங்களையும் உண்டான். அவனது கவலை ரேகை மறைந்திருந்தது. உணவு உட்கொண்டு விட்டு, எல்லோரும் கேரம் போர்டு ஆடினார்கள். புதைகுழியில் சிக்கிச் சிறுக,

சிறுக புதைந்துகொண்டிருப்பவனை நோக்கிக் கயிறு வீசிக் காப்பாற்ற எவரும் வரவில்லையே என்று ஏங்குகையில், கை கொடுத்துத் தூக்கி விட லவ்லினின் மூலமாக அவள் தந்தை வந்துள்ளதாக அவன் எண்ணினான்.

அவர்கள் எல்லோரும் இரவு ஜெபத்திற்கு சென்றார்கள். முட்டிப் போட்டு கர்த்தரை வேண்டி ஜெபித்தார்கள். அவன் அவர்களையே பார்த்துக்கொண்டிருந்தான். லவ்லின் தன் தந்தையின் காதில் ஏதோ கூறினாள்.

"அம்மா இந்த பையனோட குடும்ப நலத்திற்காகவும், அவனுடைய படிப்பிற்காகவும் ப்ரேயர் பண்ணுங்க"

பாட்டி தலையசைத்தார்கள்.

"ஆண்டவரே, இந்த சிறுவனை உமது கரங்களில் ஒப்புவிக்கிறோம். இவனையும், இவனது குடும்பத்தினரையும் இரட்சித்து அருள்வீராக. இவனுடைய கல்வியில் உள்ள தடைகளைத் தகர்த்து எறிவீராக. உம்மை மன்றாடிக் கொள்கிறோம் ஐயா. ஸ்தோத்தரிக்கிறோம் ஆண்டவரே. இறங்கும் ஐயா. உமது பரிசுத்த ஆவியினை இந்த பாலகன் மீது இறக்கும். கண்ணின் மணி போல் காத்தருளும்............"

அவன் எல்லாவற்றையும் ஹாலில் இருந்து பார்த்துக் கொண்டிருந்தான். இரவு ஜெபத்தை முடித்து உறங்க சென்றார்கள்.

"நீ எங்க தூங்கப் போற தம்பி"

"நான் இங்க ஹாலிலேயே படுத்துக்கிறேன்"

"நான் போய் பிள்ளோ, பெட்சீட் எடுத்துட்டு வாரேன்"

அவர் செல்ல, மாடிப்படி ஏறிய லவ்லினை அழைத்தான்.

"லவ்லின்"

என்ன என்பது போல் பார்த்தாள்.

"குட் நைட்"

அவனது கன்னத்தில் குழி விழ, மிக அழகாக சிரித்தான்.

10

ரேசன் கடையில் வாங்கிய சீனிப் பையைக் கையிலும், அரிசிப் பையைத் தலையிலும் சுமந்து கொண்டு நடந்தாள். கீழூருக்குச் சென்ற பிறகும் கூட, மேலூர் கடையில் தான் ரேசன் பொருட்களை வாங்கிக் கொண்டிருந்தாள். முன்பெல்லாம் கார்டுக்கு சாமான்கள் வாங்கியே ஆக வேண்டும் என எவ்விதக் கட்டாயமும் இருந்ததில்லை. எல்லாமே வெளிக்கடையில்தான். கார்டுக்குச் சீனி மட்டும் தவறாமல் வாங்கி, தாத்தாவுக்குக்கொடுத்து விடுவாள். தலையில் சுமக்க முடியாமல், ஓரமாக நின்று இறக்கினாள். ஒக்கலில் பிள்ளையை வைப்பது போல் தூக்கி அரிசிப் பையை இடம் மாற்றி வைத்துக்கொண்டு நடந்தாள். தேரடியைக் கடந்து, சிவன் கோவில் கடை வீதிக்குள் வந்து முருகன் ஸ்டோர் பாத்திரக் கடைக்கு சென்றாள்.

"வாங்க. என்ன பார்க்கணும்"

கை சுமையை இறக்கி வைத்தாள். வியர்வைப் பின்னங்கழுத்தில் வழிந்து ஓடியது.

"முதலாளி இல்லையா"

"வெளியே போயிருக்காங்க"

"பெரிய சைஸ் இட்லிக் கொப்பரைக் காட்டுங்க"

அவன் இட்லி கொப்பரை எடுக்க ஸ்டோர் ரூமுக்கு போனான்.

தாலிச் செயினை அடகு வைத்த பணத்தில் திலகத்துக்கு ஸ்கூல் ஃபீஸ் கட்டியது போக மீதமிருந்த பணத்தில் இட்லி வியாபாரம் செய்யலாம் என முடிவெடுத்தாள். எவர் கையையும் எதிர்பார்க்கத் தேவையில்லை. விற்றால் வருமானம். விற்காவிட்டால்? எப்படியும் தினக் கவலையைத் தீர்த்துக் கொள்ளும் அளவிற்காவது

விற்கும் என்று நம்பினாள். சென்று வந்த எந்த வேலைக்கும் ஒரு வாரமாக செல்லவில்லை. அயல்நாயக்கர் தெரு கடைக்காரர் வீட்டுக்குத் தேடி வந்தார்.

"என்னம்மா வேலைக்கு வார்றதில்ல"

"இல்ல அண்ணாச்சி. இனிமே வேலைக்கு வரவேண்டாமுன்னு முடிவு பண்ணிட்டேன்"

"உங்கள நம்பி, வந்த மத்தவுகள வேண்டாமுன்னு நான் சொன்னேன். சரி. உங்க இஷ்டம். இந்தாங்க, இவ்வளவு நாள் வேலைப் பார்த்ததுக்கானக் கூலி"

மனிதர்களில் உண்மையானவர்களும், உழைப்பை மட்டும் நம்புகிறவர்களும் இருக்கத்தான் செய்கிறார்கள். எதையும், எவரையும் இப்படித்தான் என்று எடை போடக் கூடாது. தராசும், படிக்கல்லும் எல்லோர் கையிலும் உண்டு. பருவதத்து ஆச்சி சொல்வாளே 'ஊருல கெடக்கு படியும், தராசும்' என்று. அது போலவே இந்த வாழ்வு. பணத்தை வாங்கி எண்ணிப் பார்த்தாள்.

"இருவது ரூவா கூட இருக்குது, அண்ணாச்சி"

அவள் மீதிப் பணத்தைத் திருப்பிக் கொடுத்தாள்.

"இருக்கட்டும். நீங்க வேலை நல்ல சுத்தமாப் பார்த்தீக. மேலும் உங்க நிலைமை எனக்குத் தெரியும். ஏதோ, என்னால இயன்றது"

நமக்கு எதற்கு அடுத்தவர் பணம் என அவள் யோசித்தாள்.

"அண்ணாச்சி, அன்னைக்கு ஒரு நாளு வீட்டுக்கு முந்திரிக் கொத்தும், அச்சு முறுக்கு பாக்கெட்டும் எடுத்துட்டு வந்தேன். அதுக்கு ரூவாக் குடுக்கல. இந்தாங்க"

"..................."

"என்ன உங்களுக்கு அயத்துப் போச்சா"

"ஓர்மை இல்லையே. அதான் யோசிக்கிறேன்"

"பிடிங்க"

அவள் ரூவாயை கையில் வைத்து அழுத்தினாள்.

"சரி. நான் வாரேன் தாயீ"

இட்லி கொப்பரைகளை ஒவ்வொன்றாகப் பார்த்தாள். சிறியதும் அல்லாத மிகப் பெரியதும் அல்லாத ஓரளவு சைஸில் எடுத்துக் கொண்டாள். சின்ன தூக்கு வாளி. குழிக் கரண்டி,

வீட்டிற்குத் தேவையான அன்னக்கை என சிற்சில அடுக்களை சாமான்களை வாங்கினாள். எல்லாவற்றையும் சேர்த்து பில் போட்டு, பேரம் பேசி பணத்தைச் செலுத்தினாள்.

“அண்ணாச்சி உங்கக் கடை பையனை அனுப்பி ஒரு ஆட்டோ பிடிச்சிட்டு வர சொல்லுங்களேன்”

கடை பையன் ஆட்டோவைக் கூட்டி வரச் சென்றான்.

ஏதோ பிரக்ஞை வந்தவளாக, ‘அண்ணாச்சி இத கொஞ்சம் எடை பாருங்க’ என்று சீனிப் பையையும், அரிசிப் பையையும் தூக்கிக் கொடுத்தாள். அவர் எலெக்ட்ரானிக் எடைத்தட்டில் வைத்துப் பார்த்தார். சீனி 200 கிராமும், அரிசி 2 கிலோவும் மொத்த எடையில் குறைவாக இருந்தது.

“நாட்டுல பூராப் பயல்களும் ப்ராடுத்தனம் தான் பண்ணுறாங்க. ரெண்டு கிலோ சீனியில 200 கிராம் கொள்ளை அடிக்கிறான். அயோக்கியப்பயலும், அம்போக்கியப்பயலும் நாட்டை ஆளுதானுங்க. பொறவு எங்கன கூடி மழை பெய்யும், நாடு வெளங்கும். இன்னும் நாசமத்துத் தான் போவும்”

ஆட்டோ வந்து நின்றது.

“எங்க அக்கா போவணும்”

“மட்டக்கடை”

“அறம்வளர்த்தா அக்கா”

“ஏல முத்து, நீயா. எப்படி இருக்க. என்ன ஆட்டோ ஒட்டுத”

“நல்லா இருக்கேன். ஸ்டெர்லைட்ல வேலைக்கு அப்ளைப் பண்ணுனேன். ஒன்னும் கிடைச்ச மாதிரி தெரியல. வீட்டுச் சூழ்நிலை. குடும்பத்த இழுக்கணும்லா”

அவன் எல்லா சாமான்களையும் ஆட்டோவில் ஏற்றினான். அவளும் ஏறி அமர்ந்து கொண்டாள்.

“அப்பா எப்படி இருக்கா”

“இருக்காக. ஆளு முந்தி மாதிரி திடகாத்திரமா எல்லாம் இல்ல. வீட்லதான் சும்மா இருக்காக”

“............................”

“நான் கேள்விப்பட்டது எல்லாம் நெசம் தானா. பரமன் அத்தான் ஊர விட்டு ஓடிட்டாகனு. பத்திரகாளியம்மன் கோயில் தெரு முழுக்க இதான் பேச்சு. அம்மை கூட ஒன்ன வந்து பார்க்கணும்னு சொன்னா”

“அதை ஏன் கேக்குற. எல்லாம் என் தலையெழுத்து. அவுக சொல்லாம, கொள்ளாம ஊரை விட்டு போய், வீட்ட வித்து...”

“பிள்ளைங்க எப்படி இருக்குது”

“நல்லா இருக்குதுக. அரசு, திருநெல்வேலில காலேஜ் படிக்கிறான். சம்பந்தத்தை கால்டுவெல்ல சேர்த்திருக்கேன். திலகம், அதே ஸ்கூல்லதான் படிக்கிறா”

ஆட்டோ ஒன்றாம் கேட் காந்தி சிலையைக் கடந்து சென்று கொண்டிருந்தது.

அவளுக்கு எல்லாம் சரியாகிவிடும் என்னும் நம்பிக்கைப் பிறந்தது. எல்லோரும் இங்கு போராடிக் கொண்டு தான் இருக்கிறார்கள். இருப்பை நிலை நிறுத்திக் கொள்வதற்கான போராட்டம். போராடித்தான் ஆக வேண்டும். ஏன்,எதற்கு என்கின்ற எல்லா காரண, காரியங்களுக்கும் அப்பாற்பட்டுப் போராட வேண்டும். வாழ்க்கைப் போராட்டத்தை ஆண் முன்னெடுத்தால் ஒரு மாதிரியும், பெண் முன்னெடுத்தால் வேறு மாதிரியும் இந்த உலகம் கண்கொண்டு காணுகிறது.

ஆட்டோ காம்பவுண்ட் வாசலில் வந்து நின்றது. அவன் எல்லா சாமான்களையும் இறக்கி வைத்தான்.

“இந்தா முத்து”

“இல்லக்கா. இருக்கட்டும்”

“வெளயாடாத ரூவையைப் பிடி”

அவள் வற்புறுத்தி பணத்தைக் கொடுத்தாள். ஆட்டோவை எடுக்கச் சென்றவன், அவளைத் திரும்பிப் பார்த்தான்.

“என்னாச்சு முத்து”

“எக்கா. உன்கிட்ட ஒன்னு சொல்லுவேன். நீ சங்கடப்படக்கூடாது”

“என்ன விசயம். சொல்லு”

“திருநாவுக்கரசு, மில்லர்புரம் பெட்ரோல் பங்க்ல வேலை பார்க்குறான்”

“ஏல. என்ன சொல்லுத? நெசம்தானா?”

“ஆமாக்கா. நான் பெட்ரோல் போட போனப்போ அங்கன நின்னான். யூனிபார்ம் போட்டிருந்தான். அவன் என்ன கவனிக்கல. நான் பார்த்தேன்”

“எப்போ பார்த்த”

“ரெண்டு நாளு முன்ன. மதியம் மூணு மணி இருக்கும்”

“.........................”

அவள் எல்லா சாமான்களையும் தூக்கிக் கொண்டு வீட்டு வாசலுக்கு வந்தாள். வீட்டினுள் இருந்து திலகம், வெளியே வந்தாள்.

“நீ எப்பட்டீ வந்த”

“நான் ஒரு மணிக்கு வந்தேன்”

“மதியம் ஸ்கூல் இல்லையா”

“இன்னைக்கு சனிக்கிழமை. ஹாஃப் டே”

எல்லாவற்றையும் எடுத்து அடுக்களைக்குள் வைத்துவிட்டு பேசாமல் உட்கார்ந்தாள். என்ன நடந்தது. ஏன்? கல்லூரிக்குப் போகவில்லை. மனது பலவாறாக சிந்தித்துக் குழம்பியது.

“யாரும்மா, இங்க அறம்வளர்த்தா”

காம்பவுண்ட் வாசலில் பேசும் சத்தம்கேட்டு அறம்வளர்த்தாளும், திலகமும் வெளியே வந்தார்கள். காக்கி உடையில் போலீஸ் ஒருவர் நின்று கொண்டிருந்தார்.

“என்ன சார். நான்தான் அறம்வளர்த்தா”

“நீ போலீஸ் ஸ்டேஷன் முடிய வந்துட்டு போகணும்”

“எதுக்கு”

“உன் மேல ஒரு கேஸ்”

“என்ன கேஸு”

“ஸ்டேஷனுக்கு வாம்மா. இன்ஸ்பெக்டர் கூட்டிட்டு வர சொன்னாரு”

“என்ன கேஸு? யாரு கொடுத்திருக்கா?”

“சிதம்பரம்பிள்ளை”

“சார். அவர் தான் என்கிட்ட தப்பா நடக்கப் பார்த்தாரு”

“நீ இப்படிச் சொல்லுத. அந்தாளு நீ அவரைப் படுக்கக் கூப்பிட்டதாகவும், முடியாதுன்னு சொன்னதுக்கு அவர அடிச்சிட்டு, அவர் வீட்டுத் தங்க சாமானை களவாண்டுட்டு போனதாகவும் சொல்லுதாரு”

“அதெல்லாம் சுத்தப் பொய்”

"சாட்சி இருக்குதுமா"

"யாரு சாட்சி"

"நீ செயினை வித்த நகை கடைக்காரரு. அப்புறம், உன் பக்கத்து வீட்டுல இருக்கிற செல்லம்மாங்கிற பொம்பளை"

காம்பவுண்டில் கூட்டம் கூடியது. அவள் மிரண்டாள். யாரைத் துணைக்கு அழைப்பது. யாருமில்லை.

"நீ முதல்ல ஸ்டேஷனுக்கு நட"

"............................"

"இப்போ வரப் போறீயா. இல்லையா"

"ஒரு நிமிசம் சார். சேலையை மாத்திட்டு வந்துடுறேன்."

"சீக்கிரம்"

அவளுக்கு வேறு வழி எதுவும் தோன்றவில்லை.

வீட்டிற்குள் சென்று கதவைத் தாழிட்டாள். திடீரென்று பெரும் அலறல் சத்தம் கேட்க, திலகவதி தண்ணீர் பைப்பில் ஏறி, ஜன்னல் வழியாகப் பார்த்தாள். அறம்வளர்த்தாள் உடலெங்கும் தீப்பற்றி எரியக் கூக்குரலோடு அங்குமிங்கும் ஓடிக்கொண்டிருந்தாள். அதைப் பார்த்து திக்பிரமைப் பிடித்தவள் போல் நின்ற திலகவதியின் கண்களை ஏதோ ஒரு கை வந்து மூடியது.

11

இரவு பெய்த சிறு மழைக்கே, சாலையில் தண்ணீர் தேங்கி நின்றது. பெயர்தான் பெரிதாக சென்னை, ஒரு மழைக்குத் தாங்குவதில்லை. மழைக்காலம் தான் இப்படி என்றால், கோடைகாலம் இன்னும் கொடுமை. கத்திரி வெய்யில் உயிரையே வாட்டி வதைக்கும். சும்மா நிற்கும் போதே வியர்த்து ஊற்றும். கைக்குட்டை எல்லாம் நனைந்து போய்விடும். ஏ.சி. அறையில் இருந்தாலும், ‘உப்புசமாக’ தான் இருக்கும். சித்திரை மாதத்து வெயிலையும் தாங்காது, கார்த்திகை மாதத்து மழையையும் தாங்காது ஒரு மாநகரம். தலைநகரம் என்ற பட்டம். சிங்கார சென்னை, வியத்தகு மெட்ராஸ் என்ற அடைமொழி வேறு. இங்குள்ள மனிதர்கள் பேச்சில் கொடுக்கும் மரியாதையை விவரிக்க வார்த்தைகளே இல்லை, ஷேர் ஆட்டோவில் மூன்று பெண்கள் இருக்க, ஆட்டோ ஓட்டுநர் செல்போனில் யாரிடமோ பேசுகிறார். ‘ஓத்தா, நான் சொல்றதை நீ கேளுடா பாடு, ஊரே நாறிப் போயி கலீஜ்ஜா இருக்கு. கம்முனு துட்டக் கொண்டார சொல்லு. போனை வைடா சு.......’ இந்த நகரத்தைப் போய் ‘தருமமிகு’ சென்னை என்று வள்ளலாருக்கு எப்படிப் பாட மனது வந்ததோ? எல்லா அட்டூழியங்களும், அக்கிரமங்களும் சர்வ சாதாரணமாக இங்கு நடந்தேறுகிறது. இருப்பவன், இல்லாதவன் என்கின்ற எந்த பாரபட்சமும் இன்றி அனைவரும் தங்களால் இயன்ற குற்றத்தை செய்கின்றனர். அகப்பட்டுக் கொண்டால் திருடி சேர்த்தப் பொருளைக்கொண்டே தப்பித்தும் கொள்கின்றனர்.

அவளால் வந்த புதிதில் சென்னையை சமாளிக்க முடியவில்லை. இப்பொழுது அப்படியில்லை. பழகிக்கொண்டாள். சகித்துக் கொள்ள முடியாதவற்றை எல்லாம் இப்பொழுது அவள்

கண்டு கொள்வதில்லை. சில சமயங்களில் கோயம்புத்தூருக்கே ஓடிவிடலாம் என்று தோன்றும். அங்கு சென்று என்ன செய்ய முடியும்? பெருங்கூட்டம் இருந்தும் மீண்டும் தனிமைதான் வந்து துணை நிற்கும். பத்து வயதில் இருந்து ஆசிரமத்தில் வளர்ந்து, படித்து, பட்டம் பெற்று, கோவையில் வேலைக்கு சேர்ந்தால், மீண்டும் ஆசிரமத்தில் தங்கும் நிலை வந்துவிடக் கூடும் என்று அஞ்சிதானே சென்னைக்கே வந்தாள். இரண்டரை ஆண்டுகளுககு முன்பு கோவையில் இருந்து இரயில் ஏறி சென்னை வந்து இறங்கியவள், சென்டரல் இரயில் நிலையத்தையும், அங்கிருந்த கூட்டத்தையும் கண்டு மிரண்டு போனாள். தாம்பரத்திற்கு எப்படிச் செல்ல வேண்டும் என்பதை விசாரித்து, எலக்ட்ரிக் ட்ரயின் பிடித்து ஏறி, இறங்கி, பேருந்து பிடித்து தாம்பரம் வந்து சேர்வதற்குள் உயிர் போய், உயிர் வந்தது.

தாம்பரம் மெப்ஸில் உள்ள கம்பெனியில் இண்டர்வ்யூ. அவிநாசிலிங்கம் யுனிவர்சிட்டியில் பி.எஸ்சி. எலக்ட்ரானிக்ஸ் முடித்திருந்தாள். இண்டர்வியூவில் இருபத்தைந்து பேருக்கு குறையாமல் அமர்ந்திருந்தனர், அவளையும் சேர்த்து. பத்தரை மணிக்கு இண்டர்வ்யூ தொடங்கும் எனப் பெண்ணொருத்தி சொல்லிவிட்டுப் போனாள். அருகில் இருந்த பெண், இவளிடம் பேச்சுக் கொடுத்தாள்.

“எத்தனை இயர் எக்ஸ்பிரியன்ஸ்?”

“ஃப்ரஸர் தானுங்க. நீங்க எத்தனை வருஷமுங்க?”

“த்ரி இயர்ஸ்”

“மொத்தம் எவ்வளவு போஸ்ட் வேக்கன்ஸின்னு தெரியுமுங்களா?”

“டூ ஆர் த்ரி, ஐ திங்க்”

“ரெண்டு போஸ்டிங்கிற்கா இவ்வளவு பேர் வந்திருக்காங்க?”

“இட் இஸ் ய குட் கம்பெனி, யூ நோ. பி.எஃப் , இ.எஸ்.ஐ, பெனிபிட்ஸ எல்லாம் ஈக்குவல் டூ த கவர்மென்ட் செக்டார். என்னைக் கேட்டா, திஸ் ஹெட் கவுண்ட் இஸ் வெரி லோ ஒன்லி”

சான்றிதழ்களை எல்லாம் சரி பார்த்துக் கொண்டாள். ப்ரொவிஷனல் சர்டிபிக்கேட்டை எடுத்து ஃபைலில் முதலில் வைத்தாள். எப்படியாவது தேர்வாகி விட வேண்டும் என்று, கோனியம்மனை வேண்டிக் கொண்டாள். சரியாக பத்தரை

மணிக்கு எல்லாருக்கும் ரிட்டன் டெஸ்ட் வைத்தார்கள். அரை மணி நேர எழுத்துத் தேர்வு. எல்லாவற்றையும் எழுதி முடித்து சரி பார்க்கையில்,

“எக்ஸ்க்யூஸ் மீ”

அவள் திரும்பிப் பார்த்தாள்.

“செவன்த் கொஸ்டீன் கரெக்டா? ஐ திங்க் கொஸ்டீன் ராங்கா கேட்டிருக்காங்க”

அவன் சொன்ன வினாவினைப் பார்த்தாள். அந்தக் கேள்விக்கு அவள் விடை அளிக்கவில்லை. அவள் பேப்பரைத் திருப்புகையில் அதை அவன் பார்த்துக்கொண்டிருந்தான்.

“ஹலோ, நிறைய கொஸ்டினுக்கு ராங்கா அன்ஸர் பண்ணி யிருக்கீங்க”

அவன், அவளுக்கு சரியான விடைகளைக் கூறினான். எவரும் கண்டு கொள்ளவில்லை. தேர்வை முடித்து விடைத்தாளைக் கொடுத்துவிட்டு வந்து அவனைத் தேடினாள். அவன் அங்கே ஒரு ஓரத்தில் அமர்ந்திருந்தான். அவள் அவனருகே சென்று அமர்ந்தாள். அவள் அவனைப் பார்த்து ஸ்நேகமாகப் புன்னகைத்தாள்.

அரைமணி நேரம் கழித்து எழுத்துத் தேர்வுக்கான முடிவுகளை அறிவித்தனர்.

“திருநாவுக்கரசு, சகுந்தலா தேவி, மிருதுளா, சுரேஷ், ரேகா. நீங்க மட்டும் இருங்க. ஆல் அதர்ஸ் கேன் லீவ்”.

ஒவ்வொருவராக நேர்முகத் தேர்விற்கு உள்ளே செல்லத் தொடங்கி இருந்தனர். இண்டாவியூ முடித்துவிட்டு வந்தவர்களிடம் சென்று, உள்ளே என்னென்ன கேள்வி கேட்டார்கள் என்று கேட்டபோது, எவரும் சரி வர பதில் கூறவில்லை. எழுத்துத் தேர்வில் உதவியவன் உள்ளே சென்று வர, அவனிடம் கேட்டாள். அவன் எல்லாவற்றையும் தயக்கமின்றி கூறினான். கேள்விகளை மட்டுமின்றி, அதற்கான பதில்களையும் கூட கூறினான்.

ஐந்தாவது நபராக அவள் அழைக்கப்பட்டாள்.

“மே ஐ கெட் இன் சார்”

“எஸ். கெட் இன்”

அறையினுள்ளே நான்கு பேர் இருந்தனர். குளிரூட்டப்பட்ட அறை. அவர்கள் முன்னே அவள் நின்றாள்.

"டேக் யுவர் சீட்"

"தேங்க் யூ சார்"

"டெல் அபௌட் யுவர் செல்ஃப்"

"ஐ அம் சகுந்தலா தேவி. ஐ அம் கம்மிங்க் ஃப்ரம் கோயம்புத்தூர். ஐ கம்ப்ளீட்டட் மை பி.எஸ்.சி. எலக்ட்ரானிக்ஸ் ...."

"டெல் அபௌட் யுவர் ஃபேமிலி"

"ஐ அம் அன் ஆர்ஃபன் ஐ டோன்ட் ஹவ் மை பேரண்ட்ஸ்"

அவர்கள் பார்வையின் பாவ உணர்ச்சி அவளை உறுத்தியது.

"வாட் இஸ்தி டிஃப்ரண்ஸ் பிட்வின் பள்ளீவ் அன்ட் அக்டிவ் காம்பெனன்ட்ஸ்"

"அக்டிவ் காம்பெனன்ட்ஸ் கன்ஸ்யூம்ஸ் பவர் பள்ளீவ் காம்பெனன்ட்ஸ் டெலிவர்ஸ் பவர்"

"எ ஒன் கே ரெஸிஸ்டர் இஸ் கனெக்டெட் இன் சீரிஸ் வித் எ டயோட், ஒன் மைக்ரோ ஃபேரட் கெப்பாசிட்டர் இஸ் கனெக்டெட் பரலெல், அண்ட தட் சர்க்யூட் ஹஸ் எ பவர் சப்ளை ஆஃப் ஃப்வை வோல்ட் ஹல் மச் கரெண்ட் வில் போளா இன் தி சர்க்கியூட்?

சகுந்தலா சிறிது நேரம் யோசித்துவிட்டு '2 அம்ப்ஸ்' என்றால் ஒரு பேப்பர் பேனாவைக் கொடுத்து, 'ரைட் ய மைக்ரோ ப்ராஸஸர் ப்ரோக்ரம் ஃபார் அரேஞ்சிங்க் நம்பர்ஸ் இன் டிஸன்டிங்க் ஆர்டர்' என்றார். பேப்பர், பேனாவை வாங்கி எழுதினாள். எழுதி முடித்து அவரிடம் பேப்பரைக் கொடுத்தாள்.

"யு கேன் வெயிட் அவுட்சைட்"

வெளியில் வந்து இருக்கையில் அமர்ந்தாள். அவன் கூறிய கேள்விகளில் சிலவற்றை கேட்டார்கள். அவனால் இன்று பிழைத்தோம். அறையில் இருந்து ஒரு பெண் வெளியே வந்தாள்.

"செலக்டெட் கேண்டிடேட்ஸ் ஆர் திருநாவுக்கரசு அன்ட் சகுந்தலா தேவி" என்று சொல்லிச் சென்றாள்.

அவளுக்கு இருப்புக் கொள்ளவில்லை. எழுந்து பாட்டுப் பாடி, ஆட்டம் போட நினைத்தாள். ஆசிரமத்தின் ஆண்டுவிழாவில் புத்தாடை உடுத்தி, பாடி, மகிழ்ந்து ஆடுவாளே, அதுபோல ஒரு ஆட்டம் ஆட வேண்டும். எல்லாம் இவனால்தான் வந்தது. அவனை உற்றுப் பார்த்தாள், அழகனாகத்தான் இருக்கிறான்.

அறிவும் இருக்கிறது. எல்லா சம்பிரதாய முறைகளையும் முடித்து ஆஃபர் லெட்டரை வாங்கிக்கொண்டு அவனைப் பின் தொடர்ந்தாள்.

"ஏனுங்க..."

"................"

"ஏனுங்க..."

அவன் திரும்பவில்லை. அவன் பெயரை நினைவுபடுத்திக் கொண்டாள்.

"திருநாவுக்கரசு சார்"

அவன் திரும்பி நின்று ஒரு பார்வைப் பார்த்தான்.

"ஒரு நிமிசமுங்க..."

இருவரும் சேர்ந்து நடந்தார்கள்.

"ரொம்ப தேங்க்ஸ்ங்க"

"எதுக்கு?"

"நீங்க மட்டும் ஹெல்ப் பண்ணலைன்னா, நான் செலக்ட் ஆயிருக்க மாட்டேனுங்க"

"அப்படியெல்லாம் எதுவுமில்ல"

"உங்களுக்கு சென்னைதான் நேட்டிவ்வுங்களா?"

"இல்ல."

"எந்த ஊரு?"

"தூத்துக்குடி."

"பி.இ.ங்களா?"

அவன் பதில் கூறவில்லை. அவள் கையில் பையைத் தூக்கிக்கொண்டு வந்தாள்.

"இங்க, எங்கங்க ஸ்டே பண்ணியிருக்கீங்க?"

"அஸ்தினாபுரம்."

"அது எங்க இருக்குதுங்க?"

"கிரோம்பேட்டை பக்கத்துல"

"இங்க லேடீஸ் ஹாஸ்டல் ஏதாவது உங்களுக்குத் தெரியுமுங்களா?"

"கிரோம்பேட்டையில் ஒன்னு இருக்கு"

"கொஞ்சம், இடத்தைக் காட்டுறீங்களா?"

"வாங்க போகலாம்"

மெப்ஸில் ஷேர் ஆட்டோ ஏறினார்கள். தெருவிளக்குகள் போடும் நேரம் நெருங்கிக்கொண்டிருந்தது. வேலை முடிந்து செல்லும் மாலை நேரத்து மக்கள் கூட்டம், வாகனங்களின் இரைச்சல்கள், வியாபாரிகளின் சத்தங்கள் என நகரம் வேகமாக இயங்கிக் கொண்டிருந்தது. ஆட்டோ சானிடோரியத்தில் நிற்க, மேலும் சிலர் ஏறினர். கையில் குழந்தையுடன் ஒரு பெண் ஏறிக் கொண்டாள். குழந்தை சிரித்தது. அவள் சிரித்தாள். அவன் சிரிக்கவில்லை. கிரோம்பேட்டையில் இறங்கி இருவரும் சாலையைக் கடந்து சென்றனர். வாகனங்கள் சிக்னலுக்குக் காத்திருந்தன. 'சுபிக்ஷா பெண்கள் தங்கும் விடுதி' என எழுதியிருந்த கட்டடத்தை நோக்கி நடந்தனர்.

"உங்க கூடப் பிறந்தவங்க?"

"ஒரு தம்பி, தங்கச்சி"

"பேரண்ட்ஸ் என்ன பண்றாங்க"

"............................"

"சார்"

"அரசுன்னு கூப்பிடுங்க"

"சரிங்க. பேரண்ட்ஸ் என்ன பண்ணுறாங்கன்னு கேட்டேன்"

"இறந்துட்டாங்க"

"சாரிங்க"

"பரவாயில்லை. உங்க பேரண்ட்ஸ், என்ன பண்றாங்க"

"நான் அனாதை. அப்பா, அம்மா இல்லைங்க. ஹோம்ல தான் வளர்ந்தேன்"

தேங்கி நின்ற தண்ணீரை விட்டு, சிறிது விலகி நின்றாள். ஷேர் ஆட்டோ எதுவும் நிற்கவில்லை இங்கிருந்து செல்லும் ஆட்டோக்களில் இடம் இல்லை. பாதாள சாக்கடை மூடித் திறந்து கழிவு நீர் ஓடத் தொடங்கியது.

"ச்சீ, டிச்சுத் தண்ணீ" என்று கைக்குட்டையால் மூக்கை மூடிக் கொண்டாள்.

சாலையில் ஒருவர் தனது பெண் குழந்தையினை தோளின் மீது அமர்த்திக்கொண்டு நடந்து சென்றார். அந்தப் பெண்

பிள்ளைச் சிரித்து மகிழ்வதைப் பார்த்த சகுந்தலாவுக்கு அவளது அப்பாவின் நினைவு வந்தது.

உண்மையில், நாம் என்ன அனாதையா? பத்து வயது வரை, தாய் தந்தையோடு சுகமாகத்தானே வளர்ந்தோம். அம்மாவின் அந்த செய்கையால்தான் நமது வாழ்க்கையே தலைகீழாக மாறிப் போனது.

சகுந்தலா, மீண்டும் ஒருமுறை தனக்குள் அந்தக் கேள்வியைக் கேட்டுக் கொண்டாள்.

அம்மா, எதற்காக அப்படிச் செய்தாள்?

12

வாழ்க்கையில் கிடைத்ததை வைத்துப் பிழைத்துக் கொள்ள வேண்டும். முதலில் கையில் கிடைத்தது நிலைக்க வேண்டும். தக்க வைத்துக் கொள்ளுதல் என்பது பெரும்பேறு. எல்லோருக்கும் அது வாய்ப்பதில்லை. காணும் கனவுகளுக்கு காலாவதி தேதி என்று எதுவுமில்லை. பணமும், செல்வாக்கும் உடையவர்கள் தாங்கள் காணும் கனவுகளை எளிதில் வசமாக்கிக் கொள்கிறார்கள். எல்லா தவறுகளையும் எவ்விதக் கூச்சமும், குற்ற உணர்வும் இன்றி செய்பவர்களும் கூடத் தாங்கள் விரும்பியதை சாதித்துக் கொள்கிறார்கள். பெருமழையில் நனைவதற்கு ஆசைப்பட்டு வருபவன், மின்னலுக்குத் தன் பார்வையை பறிகொடுப்பது போல் ஆகிவிட்டது, இந்த வாழ்க்கை. எல்லாம் பெருங்கனவுப் போல நடந்து முடிந்திருந்தது. அப்பாவும், தாத்தாவும் கைவிட்டுப் போனதை விட கொடுந்துயரம், அம்மாவின் மரணம். எதை கொண்டும் ஈடு செய்ய முடியாத பெரும் இழப்பு.

வாழ்வே சூன்யமாகிப் போனது.

இவ்வுலகம் முழுமையும் அந்நியப்பட்டுப் போனது போன்ற பிம்பம், மனக்கண்ணாடியில் விழுந்து கொண்டே இருந்தது. காம்பவுண்டில் இருந்து காலி செய்யச் சொல்லி சாமான்களை வெளியே தூக்கி எறிந்தார்கள்.

"நல்லா இருப்பீக. தயவுசெஞ்சு காம்பவுண்ட விட்டுப் போங்க. எந்த நேரம்னு உங்க குடும்பம் காலடி எடுத்து வச்சுதோ, காம்பவுண்டே கதி கலங்கிப் பேச்சு. இப்போ, போலீஸ் கேஸ் வேற. என் வீட்டுல தீயை வச்சிட்டுச் செத்துப் போயிட்டா. திருட்டுத் தேவடியாமுண்ட. இனி கோர்ட்டு, கேஸ்னு நானும் அலையணும்."

"ஏல, எங்க அம்மையைப் பத்தி பேசுன உன்னைக் கொன்னுட்டு ஜெயிலுக்குப் போயிடுவேன், பார்த்துக்க" வாசலில் கிடந்த அரிவாளை எடுத்து சம்பந்தம், சீறினான்.

"ரௌடிப் பய குடும்பம்"

"சும்மா போல மயிராண்டி"

"சம்பந்தம், பேசாம வா"

வீசி எறிந்த சாமான்களில் தேவையானதை மட்டும் கையில் எடுத்துக் கொண்டார்கள்.

தம்பியையும், தங்கையையும் அழைத்துக்கொண்டு லவ்லின் வீட்டு வாசலில் போய் நின்றான், திருநாவுக்கரசு.

"வா அரசு"

மூவரும் உள்ளே சென்று ஹாலில் நின்றார்கள்.

"அங்கிள் எனக்கு நீங்க ஒரு ஹெல்ப் பண்ணணும்"

"சொல்லுப்பா"

"தங்கச்சியை உங்க வீட்ல தங்க வச்சிக்கிடணும்"

"நீங்க ரெண்டு பேரும், எங்க தங்குவீங்க?"

"நான் மெட்ராசுக்கு வேலைக்குப் போகலாம்முனு இருக்கேன்"

"படிப்பு"

"இனிமே படிக்கிறது சரிவராது"

"பேங்க் லோனுக்கு நான் பேசியிருக்கேன்"

"இல்ல அங்கிள், என்னால இனி படிக்க முடியாது. தம்பியையும், தங்கச்சியையும் படிக்க வைக்கணும். நான் டிப்ளமோ வரைக்குமாவது படிச்சிருக்கேன். வேலைக்கு போய் பொழைச்சிக்கலாம். தம்பியும், தங்கச்சியும் ஸ்கூல் கூட இன்னும் முடிக்கல. இரண்டு வருசம் கழிச்சு கூட நான் பி.இ. படிச்சுக்கலாம்".

"அவசரப்படாத அரசு. நீ சின்னப் பையன்"

"ப்ளீஸ் அங்கிள். ஹாஸ்டல்ல எங்கேயாவது சேர்த்துவிடலாம். அதுக்கு என் கையில துட்டு இல்ல. இந்த ஒரு உதவி மட்டும் பண்ணுங்க. நான் மெட்ராஸ் போயி வேலை கிடைச்சதும், மாசா மாசம் உங்களுக்கு ரூவா அனுப்புறேன்".

பவுல்ராஜ் சிரித்தார். அது அவனுக்கு, காலம் தன்னைப் பார்த்து ஏளனமாக சிரிப்பது போன்று இருந்தது.

“தம்பியை என்ன பண்ண போற? அவனையும் இங்கேயே தங்க வச்சுக்கிடுறேன்”.

“வேண்டாம் அங்கிள். தம்பியை பெட்ரோல் பங்க்குல தங்க வைக்கலாம்முனு முடிவு பண்ணியிருக்கேன்.”

திலகவதி அழுதாள்.

அனாதையாகி யாருமற்று அடுத்தவர் வீட்டை அண்டி வாழும் வாழ்வு அமையும் என்று அவள் நினைத்துக் கூட பார்க்கவில்லை.

“அழுவாத திலகம்”

“அண்ணன் எனக்கு பயமா இருக்கு”

“எதுக்குப் பயப்பிடுற, நான் இருக்கேன். லவ்லினும், அங்கிளும் உன்னை நல்லா பார்த்துப்பாங்க”

“நான் வாரா வாரம் உன்கிட்ட போன்ல பேசுறேன். நீ ஒழுங்கா இருக்கனும். கண்டதை நினைச்சு மனசப் போட்டு குழப்பிக்காத. உனக்கு எதுவும் வேணுமுன்னா லவ்லினைக் கேளு”

“..”

“அங்கிள் உங்க வீட்டு லண்ட் லைன் நம்பர் எழுதித்தாங்க”

அவர் ஒரு பேப்பரில் நம்பரை எழுதிக் கொடுத்தார்.

“நான் வாரேன். எல சம்பந்தம், வா போவோம்”

மில்லர்புரம் பெட்ரோல் பங்கிற்குச் சென்று ‘ஓனர்’ நெல்லையப்பனைப் பார்த்து பேசி, கெஞ்சி அனுமதி பெற்றான்.

“சம்பந்தம், ஒழுங்கா ஸ்கூலுக்குப் போ”

“சரி”

“நான் உனக்கு செலவுக்கு ரூவா அனுப்புறேன். ஓனர்கிட்ட நல்ல பேரு வாங்கனும். இது வீடு கிடையாது. அட்ஜஸ்ட் பண்ணி இரு. நான் வரட்டுமா”

அன்று விடைபெற்று வந்தது. இரண்டரை ஆண்டுகள் கழிந்துவிட்டது, ஊருக்குச் சென்று வந்து.

பொருள்களை விற்று, தெரிந்தவர்களிடம் கடன் பெற்று, பணம் திரட்டி சென்னைக்கு வந்து சேர்ந்தான். சென்னை வந்து இறங்கியவனுக்கு எங்கே சென்று தங்குவது என்று தெரியவில்லை. சென்னையில் யாரையும் தெரியாது என லவ்லினின் தந்தை கூறிவிட்டார். வேண்டுமென்றால் ஏதேனும் ஷிப்பிங் கம்பெனியில்

வேலைக்கு சேர்த்துவிடுவதாக கூறினார். ஊரில் இருக்கவே பிடிக்கவில்லை. ஊர், உறவு என்பதெல்லாம் பொருள் உள்ளவனுக்கும், புகழ் உள்ளவனுக்கும். இல்லாதப்பட்டவனுக்கு ஊர் என்ன? உறவு என்ன? ஜோஸ் சாரிடம் பேசி கேம்பஸ் இண்டர்வியூவில் வந்த கம்பெனிகளின் முகவரியை வாங்கி வைத்திருந்தான். தாம்பரம் இரயில் நிலையத்தில் க்ளாக் ரூமில் உடைமைகளை வைத்துக் கொண்டான். காலையில் சென்று ஒவ்வொரு கம்பெனியாக வேலை தேடினான். கிண்டி தொழிற்பேட்டை, அம்பத்தூர் தொழிற்பேட்டை, சோழிங்கநல்லூர் தகவல் தொழில்நுட்பப் பூங்கா எனக் கையில் இருந்த முகவரிக்கு தினமும் அலைந்தான். இரவில் இரயில் நிலையத்திலேயே தங்கிக் கொண்டான்.

வழக்கம்போல இரயில் நிலையத்தின் உள்ளே உறங்கிக்கொண்டிருக்க, பயணச்சீட்டு இல்லாமல் படுத்துக் கிடந்தவர்களை எல்லாம் போலீஸ் வெளியே துரத்தியது. பகல் முழுவதும் வேலை தேடி அலையும் அசதி, இரவு அடித்துப் போட்டது போல தூக்கம் வந்தது. தாம்பரம் சப்வேயில் சென்று படுத்துக் கொண்டான். சைக்கிளில் டீ விற்றுக் கொண்டிருந்தவரின் சத்தம் காதில் விழுந்தது. கேட்ட குரலாய்த் தோன்றியது. கண் விழிக்க முற்பட்டான். அசதி, விழிக்க முடியவில்லை. கண் எரிச்சலாக இருந்தது. குரல் மெல்ல, மெல்ல அருகில் கேட்டது.

"ஏல அரசு, எப்படியிருக்க?"

"யப்பா"

"இங்க என்ன பண்ணுத"

"யப்பா"

"சாப்பிட்டியா"

"அப்பா"

"திலகமும், சம்பந்தமும் எங்க இருக்காக"

"அப்பா"

"அம்மை எப்படி இருக்கா. இன்னும் என் மேல கோவமா தான் இருக்காளா"

"எச்சிக்கலப் பயல. உன்னால தாம்ல என் குடும்பம் சீரழிஞ்சுப் போச்சு. உன்னைக் கொன்னாதான் என் ஆத்திரம் அடங்கும்"

கருகிய உடலில் கையில் அரிவாள்மனையோடு அப்பாவைத் துரத்திக்கொண்டு அம்மா ஓடினாள்.

அப்பா மீண்டும் ஓட்டம் பிடித்தார்.

“யம்மா, வேண்டாம் அம்மா. இங்கன வா. சண்டப் போடாதீக”

திடுக்கிட்டு கண் விழித்தான். சுற்றும், முற்றும் பார்த்தான். சப்வேயில் விளக்கு மாறி மாறி எரிந்தும், அணைந்தும் கொண்டிருந்தது.

எழுந்து வெளியே நடந்தான். காவல் துறையினர் சிலரைப் பிடித்து விசாரித்துக்கொண்டிருந்தனர். அவர்களை கடந்து சென்றவனைத் தடுத்து நிறுத்தினர்.

“யார் நீ, இந்த நேரத்துல இங்க என்ன பண்ணுத?”

“வேலை தேடி வந்தேன் சார். இரயில்வே ஸ்டேசன்ல தங்கியிருக்கேன்”

“எந்த ஊரு”

“தூத்துக்குடி”

“சௌத் டிஸ்டீரிக்டா?”

“ஆமா, சார்”

“இங்க எல்லாம் தங்கக் கூடாது, ஓடு”

மறுநாள், கையில் இருந்த பணத்தைக் கொண்டு ரூமைத் தேடினான். கிழக்குத் தாம்பரம் முழுக்க அலைந்தவனுக்கு ஒரு வீடும் கிடைக்கவில்லை.

ஆட்டோக்காரரிடம் சென்று விசாரித்தான்.

“இன்னா வாடகை குடுப்ப”

“ஆயிரம், ஆயிரத்து இருநூறு”

“குரோம்பேட்டையான்ட போய் பாரு. எதுன்னா இருக்கும்”

ஒருநாள் முழுக்கத் தேடித் திரிந்ததில், அஸ்தினாபுரத்தில் ஒரு வீட்டின் மொட்டை மாடியில் சிறு அறை கிடைத்தது. ஆஸ்பஸ்டால் சீட்டுப் போட்டு இருந்தது. கீழே பாத்ரூம் லெட்டீன் தனியாக இருந்தது.

“எந்த ஊரு”

“தூத்துக்குடி”

“எனக்குத் திருச்செந்தூர். என்ன பண்ணுற”

“வேலை தேடி வந்துருக்கேன்”

“படிப்பு”

“டிப்ளமோ”

“ரூம் பிடிச்சிருக்கா”

“பிடிச்சிருக்கு”

“வாடகை எவ்வளவுங்க”

“ஆயிரத்து ஐநூறு வாடகை. ஐயாயிரம் அட்வான்ஸ்”

“..................”

“என்ன யோசனை”

“கையில ரூவா கம்மியாதான் இருக்குது”

“எவ்வளவு இருக்குது”

“ இரண்டாயிரம் ரூவா”

“பரவாயில்லை. கொடு மீதியை வேலை கிடைச்சதும் தா”

ரூமிற்கு வந்து ஒரு மாதத்திற்குள் வேலை கிடைத்தது.

சென்னை வந்த புதிதில் திக்குத் தெரியாத காட்டில் சிக்கிக் கொண்டது போல் இருக்கும். இரயில் நிலையத்தில் எந்தப் பக்கம் நிற்பது என்று தெரியாது. பேருந்தில் ஒயிட் போர்டு, ப்ளூ போர்டு, க்ரின் போர்டு என்று ஒவ்வொன்றுக்கும் ஒவ்வொரு கட்டணம். உணவகங்களில் உணவுப் பட்டியல் என எதுவும் புரியவில்லை. மெல்ல, மெல்ல சென்னையைக் கற்றுக் கொண்டான். நண்பர்கள் என எவரும் கிடைக்கவில்லை, சகுந்தலாவைத் தவிர. இந்த சகுந்தலாவும் நம்மைப் போலதான். சுற்றமோ, நட்போ வாய்க்கப் பெறாத வாழ்க்கை. வாழ்வை வாழ்தலின் பொருட்டு எதிர் கொள்ள ஆசைப்படுகிறாள். நாமோ, பிழைப்பின் பொருட்டு வாழ்வைத் தொலைத்துக் கொண்டு இருக்கிறோம்.

மணியைப் பார்த்தான் ஐந்தரை ஆகியிருந்தது. திலகத்திடமும், சம்பந்தமிடமும் போனில் பேச கேண்டீனுக்குச் செல்ல, சகுந்தலா கேண்டீனில் இருந்து வந்து கொண்டிருந்தாள்.

13

அந்த கோலத்தில் வேறொரு ஆணுடன் அம்மாவை அப்படிப் பார்த்ததில் இருந்து சகுந்தலாவின் உடலினை மனதும், மனதினை உடலும் ஒரு வேட்கை உந்தித் தள்ளியது. அதன்பிறகு அம்மாவைப் பார்க்கவே பிடிக்கவில்லை. அம்மாவைக் கண்டால் ஓடி ஒளிந்தாள். பத்து வயது பெண்ணிற்கு என்ன தெரிந்துவிடும் என நினைத்தாள் சகுந்தலாதேவியின் தாய், மேனகாதேவி. மேனகா ஒன்றும் விஸ்வநாதனை விரும்பி மணக்கவில்லை. வீட்டில் உள்ளவர்களின் வற்புறுத்தலால் வேறு வழியின்றி மணந்து கொண்டாள். விஸ்வநாதன் எந்நேரமும் வியாபாரம் மற்றும் பணத்தைக் குறித்தே சிந்தித்தான். மேனகாதேவியை ஒரு நாட்டிய மேடையில்தான் சந்தித்தான். அவளின் நளினமும், வயதும் அவனைக் கவர்ந்தது. ஆண்களில் பலரும் சபலபித்து உடையவர்களே. பார்க்கின்ற பெண்களை எல்லாம் அனுபவிக்கத் துடிக்கும் மனோபாவம் கொண்டவர்கள். உண்மையில் ஒருத்தியை உடலளவிலும், மனதளவிலும் திருப்திபடுத்துதல் என்பதே இயலாத காரியம். யுகம் யுகமாய் சுழன்று கொண்டிருக்கும் காலச்சக்கரத்தில் சிக்குண்டு மீண்டும், மீண்டும் துன்பப்படுகிறவர்கள்தான் அதிகம். பிள்ளைப் பெற்ற மேனகா அவனுக்கு அலுத்துப் போனாள். அவளுக்கோ அதன் பின் தான் உடல் வேட்கை அதிகரித்தது. ஒன்றை இழந்து, ஒன்றை பெறத் துடிக்கும் வாழ்க்கை. வாழ்க்கை என்பது உண்மையில் எதை நோக்கிய பயணம்?

மேனகாவை, விஸ்வநாதன் நிராகரிக்க வேறொருவன் அபகரித்தான். அவன் தன்னைக் கவர்ந்து செல்வதற்காகவே வந்ததாக அவள் நினைத்தாள். மாதத்தின் பாதியைப்

பயணங்களிலும், மீதியைப் பணத்திலும் கழிக்கும் விஸ்வநாதனுக்கு மகள் என்றால் மிகவும் இஷ்டம். வழக்கம் போல் மகளை காரில் அழைத்துப் போனார்.

"சகுந்தலா தங்கம்."

"அப்பா."

"என் மயிலுக்குஞ்சுக்கு என்ன வேணும்?"

"அப்பா நீங்க வீட்டுலேயே இருங்க அப்பா."

"ஏன் சாமி, அப்பாவைத் தேடுதா."

"நீங்க இல்லாத அப்போ, அம்மா ரூம்முல இருந்து என்னன்னவோ சத்தம் வருதுங்க அப்பா."

விஸ்வநாதன் காரை நிறுத்தினார்.

விடயம் புரிந்தது. மகளை மார்போடு அணைத்துக் கொண்டார். வீட்டிற்குச் சென்றவர், மேனகாவை நேரடியாகவே கேட்டார்.

"இப்ப என்ன பண்ணணும்னு சொல்றீங்க."

"இது உனக்கு அசிங்கமாப் படல."

"இல்ல."

"நமக்குக் குழந்தை இருக்கு."

"அது என் தப்பில்ல."

"முடிவா சொல்றேன். அவன் யாரா இருந்தாலும் சரி, அவனோட பழகுறத நிறுத்து."

"முடியாது."

இருவருக்குள் கைகலப்பு ஆனது.

அதன் பின்பு அவள் மேலும் உக்கிரமானாள். அரசல், புரசலாக செய்த தவறை அப்பட்டமாக செய்தாள். இருவரையும் கையும், களவுமாகப் பிடித்துக் கண்டித்தார். விளைவு, வேறு மாதிரி மாறிப்போனது. கடிதத்தைப் பரிசளித்துவிட்டு அந்தக் கயவனோடு ஓடிப் போனாள். விஸ்வநாதன் எங்கு சென்றாலும் அவரை அவமானம் பின் தொடர்ந்தது. சேர்த்த சொத்தை எல்லாம் கோவிலுக்கு எழுதி வைத்துவிட்டு, சகுந்தலாவை ஆசிரமத்தில் சேர்த்துவிட்டுச் சென்றார். ஆசிரமத்தில் சேர்ந்த சில மாதங்கள், அழைத்துச் செல்ல அப்பா வருவார் என அவள் வாசலிலேயே காத்து நிற்பாள். ஆசிரமத்தில் எவ்வளவு

பேர் இருந்தாலும், பொய்த்துப் போன கனவுகளை சுமந்து கொண்டு அவள் தனியாகவே திரிந்தாள்.

ஹாஸ்டலில் சிங்கிள் ரூமை வாங்கிக் கொண்டாள். இனியேனும் பிடித்த வாழ்க்கையை வாழலாம். கிடைத்ததை உண்டு, கிடைத்ததை அணிந்து.... கிடைத்தவைகளிலேயே காலத்தைக் கழிக்கும் துன்பம். ஆசிரமத்தில் உணவு என்பது கூட அளவோடுதான். நான்கு இட்லி, மூன்று தோசை, இரண்டு சப்பாத்தி.....பசிக்கும் வயிற்றுக்கு அளவைச் சொன்னால் புரியுமா? பசியையே அளவு கொண்டு உறவாடும் வர்க்கத்தின் நடுவே ஆடம்பர,சுகபோகத்தில் அளவின்றி திளைத்து மகிழும் வர்க்கமும் இருக்கத்தானே செய்கிறது.

ஹோமில் மேடம் சொல்வார்கள் "There is lot of difference between your need and your wish" தேவைக்கும், விருப்பத்திற்கும் இடையேயான போராட்டம். எது தேவை? எது விருப்பம்? என்று தெரியாமல் குழம்பித் தவிக்கும் மனதின் விருப்பச் சங்கிலியில் யாவரும் ஒரு கண்ணிதான். நினைவுகளில் அவ்வப்போது கடைசியாக ஆசிரமத்தில் விட்டுச் சென்றபோது பார்த்த அப்பாவின் அந்த அன்பு சொரியும் முகம் வந்து செல்லும். காற்றின் திசையறியாது அதனூடே பயணிக்கும் காகிதம்போல காலத்தின் இழுப்புகளுக்கு ஏற்றாற்போல பயணிக்கும் மனித வாழ்க்கை. எதன் பொருட்டோ, எதையோ தேடித் தேடி சலித்துப் போய் இறுதியில் காலத்தின் கையில் மரணத்தின் வாயிலாக வாழ்வினை ஒப்புவிக்கும் அவலம். முதுமையும், நோய்மையும் மட்டுமே பலருக்கும் வாழ்வில் எஞ்சி நிற்கிறது. எல்லாவற்றிற்குமான முடிவு எங்கு உள்ளது? முடிவைக் கண்டறிய முற்படும் மனது, தொடக்கத்தைப் பற்றி கேள்வி எழுப்புவதே இல்லை. வாழ்வென்னும் சலதியில் முன்னும், பின்னும் மேலெழும் நீரலைகளாய் நிகழ்காலம் எழுந்துகொண்டே இருக்கிறது. வெகுண்டெழும் அலைகள் உடைந்து சிதறுவதைப் போல நிகழ்காலம் சிதற, பின் வரும் பேரலைகளாய் எதிர்காலம். மீண்டும் சிதறல்கள். மீண்டும் அலையெழுச்சி... கடலில் தோன்றி, கடலிலேயே கரைந்து போகும் அலைகள். அலைகளின் நீட்சியாகவே கடல், கடலின் தொடர்ச்சியாகவே அலைகள். கடலையும், அலையையும் காலம் முழுக்க பார்த்துக்கொண்டே இருக்கும் கரையின் மணற்பரப்பு.

இயந்திரங்களின் நடுவே நின்றுகொண்டிருந்தவளைத்

திருநாவுக்கரசின் பேச்சு சத்தம் தன்னிலைக்குக் கொண்டு வந்தது. அவனை நோக்கிச் சென்றாள்.

“அரசு போகலாமுங்களா”

“டைம் ஆயிடுச்சா”

“ஆயிடுச்சு. வாங்க போகலாம்”

“இன்னைக்கு என்ன கிழமை”

“ப்ரைடே”

“அய்யய்யோ தம்பி, தங்கச்சிக் கிட்ட பேசனும். மறந்தே போயிட்டேன்”

“நாளைக்கு பேசிக்கிலாமுங்க. இப்ப, வாங்க போகலாம்”

“நீங்க போங்க. நான் கேண்டீன் போய் பேசிட்டு வந்துடுறேன்”

தம்பி, தங்கையிடம் போனில் வாரம் தவறாமல் பேசினான். சம்பந்தம் பத்தாம் வகுப்பில் தோற்றுப் போக, பெட்ரோல் பங்க்கிலேயே வேலைக்கு சேர்ந்து கொண்டான்.

கையில் இருந்த சில்லறையில் ஒரு ரூபாய் நாணயங்களைத் தேடி எடுத்தான். கேண்டீன் சென்ற போது காயின் போனில் பேசுவதற்கு வரிசை நீளமாக இருந்தது. வரிசையில் போய் நின்று கொண்டான். இந்த சென்னையில் எல்லாவற்றிற்கும் வரிசை, கூட்டம், நெருக்கடி.

வரிசை சூல் கொண்ட மாசுணம் போல் நகர்ந்தது.

ஒரு வழியாக அரை மணி நேரம் கழித்து போன் கைக்குக் கிடைத்தது. லவ்லின் வீட்டுக்கு அழைத்தான். லைன் பிஸியாகவே இருந்தது. சம்பந்தத்திற்கு அழைக்கலாம் என பெட்ரோல் பங்கிற்கு போன் செய்தான். ரிங்க் போனது.

“ஹலோ, சம்பந்தம் இருக்கானா? நான் அவுங்க அண்ணன் திருநாவுக்கரசு பேசுறேன்”

“ஒரு நிமிசம்”

அவன் அழைப்பில் காத்திருந்தான்.

“சம்பந்தம்”

“சொல்லு அண்ணன். எப்படி இருக்க?”

“நான் நல்லா இருக்கேன். நீ நல்லா இருக்கியா. மதியானம் சாப்பிட்டயால”

“சாப்பிட்டேன்”

"திலகத்தை போயிப் பார்த்தியா"

"போன வாரம் போய்ப் பார்த்துட்டு வந்தேன்"

"வேற என்ன விசயம்"

"வேற ஒண்ணுமில்ல"

"சரி உடம்பப் பார்த்துக்க. ஒழுங்கா இரு. நல்லா சாப்பிடு"

"ஆட்டும். போனை வைக்குறேன்"

மீண்டும் லவ்லின் வீட்டிற்கு அழைத்தான். இம்முறை இணைப்பு கிடைத்தது.

"ஹலோ"

"யாரு"

"நான் அரசு பேசுறேன் திலகம் இருக்காளா?"

"அரசு, நல்லா இருக்கியா நான் லவ்லின் பேசுறேன்"

"நல்லா இருக்கேன். நீ எப்படி இருக்க. வீட்ல எல்லாரும் எப்படி இருக்காங்க"

"ஆல் ஆர் ஃபைன். ஒன் கெண்ட், திலகத்துக்கிட்ட கொடுக்கிறேன்"

"அண்ணன்"

"திலகம், எப்படிமா இருக்க"

"நல்லா இருக்கேன் அண்ணன்"

"நல்லா படிக்கிறியா"

"படிக்கிறேன்."

"நான் அங்கிள் அக்கவுண்டுக்கு ரூவா அனுப்பியிருக்கேன். நீ எதுவும் வேணுமுன்னா லவ்லின் கிட்ட கேளு"

"ம் சரி அண்ணன். அப்புறம், அப்பாவைப் பத்தி...."

போன் கட் ஆனது. கையில் காயின் தீர்ந்து போயிருந்தது. பேசிக்கொண்டே மணியையும் கவனித்துக் கொண்டு, காயினையும் போடுவது சிரமமாக இருந்தது. ரிசீவரை வைத்துவிட்டுத் திரும்பினான். சகுந்தலா நின்றுகொண்டிருந்தாள்.

"நீங்க எப்ப வந்தீங்க"

"நான் எப்பவோ வந்துட்டேன். பேசி முடிச்சிட்டீங்களா"

"எங்க, பேசிக்கிட்டு இருக்கிறதுக்குல்ல. காயின் தீர்ந்து போச்சு. இந்த மிஷின் சத்தத்துல, கடைசியா பேசுனது எதுவும் கேக்கல"

“டெய்லி உங்க தம்பி, தங்கச்சிக் கூட பேசுவீங்களா”

“டெய்லி பேச, யாருக்கிட்ட இருக்குது துட்டு”

“சரி போகலாமுங்களா?”

“போகலாம்”

இருவரும் கேண்டீனில் இருந்து புறப்பட்டுச் சென்றார்கள்.

திருநாவுக்கரசு மருத்துவமனையில் அனுமதிக்கப்பட்டு மூன்று நாள் ஆகியிருந்தது. கையில் ஊசிக்குத்தி ட்ரிப் இறங்கிக் கொண்டிருந்தது. அவன் உறங்கிக் கொண்டிருந்தான். உடல் சேர்ந்து போய் இருந்தது. மூன்று நாட்களாக நீராகரம் மட்டும்தான். கொத்துப் பிச்சியைப் பறித்து வீசியது போல் விண்ணெங்கிலும் நட்சத்திரம் சிதறிக் கிடந்தன. வானம் இருள் போர்வைப் போர்த்திக் கொள்ள முயல, நிலா அவற்றை விலக்கி எட்டிப் பார்த்தது.

ஞாயிற்றுக்கிழமை விடுமுறை. எப்பொழுதும் போல எழுந்து, குளித்து, வெளியில் போய்விட்டு வந்தான். பின்னர், துணிகளை துவைப்பதற்காகத் தண்ணீரில் ஊற வைத்தான். உடம்பு ஏதோ போல் இருந்தது. காய்ச்சல் வருவதற்கான அறிகுறியாய்த் தென்பட்டது. அவன், எதையும் பொருட்படுத்தவில்லை. நள்ளிரவில் உடல் அனலாய்க் கொதித்தது. ஆளரவம் அற்ற நடுநிசி. விழியின் ஓரம் நீர் வழிய, உடல் அயர்ந்து போனது. எழுந்து தண்ணீர்க் கூட அருந்த இயலவில்லை. அப்படியே கிடந்தான். கண்ணிமை சாயாது, காய்ச்சலோடு. யாமம் விழி மூடும் வேளையில், காய்ச்சல் மெல்ல குறைந்தது. விடிந்து வெகு நேரமாகியும், அசதியில் உறங்கிக்கொண்டிருந்தான். மருத்துவமனைக்குச் சென்று மருத்துவரைப் பார்த்தான். ஊசிப் போட்டு மருந்தும், மாத்திரையும் அளித்தார். அன்று அவன் வேலைக்குச் செல்லவில்லை. மாலை பொழுதில் காய்ச்சல் குறைந்து இருந்தது. இரவில் மீண்டும் காய்ச்சல். மறுநாள் மீண்டும் மருத்துவர் காட்சி.

“ஸ்டொமக்ல பெயின் இருக்கா” அடிவயிற்றை அழுத்திப் பார்த்துக் கேட்டார்.

“லைட்டா இருக்குது”

“மே பீ இது டைபாய்டா இருக்கும்னு நினைக்கிறேன்”

“டாக்டர்”

“ஒன்னும் வொர்ரி பண்ண வேண்டாம். ப்ளட் டெஸ்ட்

பண்ணிப் பார்த்துரலாம்"

"ஓ.கே.டாக்டர்"

ப்ளட் டெஸ்ட் செய்து, ரிசல்ட் வந்தது.

"டைபாய்ட்தான், பாஸ்ட்டிவ் வந்திருக்கு"

"என்ன சார் பண்ணுறது"

"நீங்க அட்மிட் ஆகுங்க. கூட யார் வந்திருக்காங்க"

"யாரும் வரல. நான் மட்டும்தான்"

"பட் அட்மிசன் இஸ் கம்பல்சரி"

"எவ்வளவு ரூவா செலவாகும்"

"அது ட்ரிட்மென்ட் பொறுத்துதான் சொல்ல முடியும்"

வாங்கிய சம்பளத்தில் பாதியை ஊருக்கு அனுப்பி, வாடகை மற்றும் இதர செலவுகள் போக கையிருப்பு குறைந்திருந்தது.

மாலையில் வருவதாக சொல்லிவிட்டு மருத்துவமனையில் இருந்து புறப்பட்டான். யாரிடம் சென்று பணம் கேட்பது. கம்பெனிக்கு சென்று அடுத்த மாதம் சம்பளத்தை அட்வான்சாக கேட்டுப் பார்க்கலாம் என எண்ணினான்.

இன்றும் அரை நாள் விடுப்பு எடுக்க வேண்டியதாயிற்று. அறை வாசலில் சகுந்தலா நின்று கொண்டு இருந்தாள். அரசுவுக்கு இவள் எப்படி இங்கு வந்தாள் என்று குழப்பமாக இருந்தது. அரசு சோர்ந்து போய் வருவதைப் பார்த்து, அவனருகில் வந்தாள்.

"என்னாச்சுங்க. ஏன் நேற்று கம்பெனிக்கு வரலைங்க"

"ஒன்னுமில்ல. லைட்டா பீவர்"

"இப்ப பரவாயில்லைங்களா. இன்றைக்கும் ஆளக் காணலேயேன்னுதான் தேடி வந்தேன்"

"உங்களுக்கு எப்படி என் ரூம் தெரியும்"

"அன்றைக்கு பேசும்போது நீங்க தானுங்க ரூட் சொன்னீங்க"

"மறந்துட்டேன்"

"ஹாஸ்பிட்டல் போனீங்களா"

"போயிட்டுதான் வாரேன்"

"டாக்டர் என்ன சொன்னாருங்க"

"உங்ககிட்ட ஒரு ஹெல்ப்"

"சொல்லுங்க"

"எனக்கு ஒரு ஐநூறு ரூவா கடனா கிடைக்குமா. நான் சேலரி போட்டதும் தாரேன்"

"ஏனுங்க எதுவும் அர்ஜெண்டா"

"டைபாய்டுன்னு சொன்னாங்க. அட்மிட் ஆகணும்"

"டைபாய்டா"

"ஆமா. ஊருக்கு போக வேண்டியதுதானுங்க"

"போகல"

"நீங்க போய் ரெஸ்ட் எடுங்க. நான் ஈவ்னிங் வாரேன்"

"அமௌண்ட்"

"கொண்டு வரேனுங்க"

"தேங்க்ஸ். அப்படியே லீவும் சொல்லிடுங்க"

"ஓ.கே"

மாத்திரையப் போட்டு படுத்திருந்தான். காய்ச்சல் சுத்தமாக இல்லை. மாலை வேளை வந்ததும், காய்ச்சல் கண் சிமிட்டிப் பார்க்கும். உடல் இன்னும் அசதியாகத்தான் இருந்தது. உடம்புக்கு குளிர்வது போன்று இருந்தது. ஆறரை மணி கடந்தும் சகுந்தலா வரவில்லை. வாங்கி வைத்திருந்த ப்ரெட்டை எடுத்து தண்ணீரில் முக்கித் தின்றான். வாய்க்கு நன்றாக இல்லை அவனுக்கு 'காசி விலாஸ்' லட்டு திங்க வேண்டும் போல இருந்தது.

அம்மா இருந்திருந்தால் சோறு வடித்துக் கஞ்சித் தண்ணீர் தந்திருப்பாள். காலை ரஸ்க் அல்லது பன். இரவு டூரினோ. சில சமயம் பால் கஞ்சி. தாயைத் தவிர பெற்ற பிள்ளையை வேறு எவர் நன்கு கவனித்துக் கொள்ளக்கூடும். தாயற்று வாழும் வாழ்க்கை என்ன வாழ்க்கை? மண்ணை அள்ளிப் போட்ட வாழ்க்கை.

நேரம் எட்டு ஆனது. அவள் என்ன ஆனாள்? எனத் தெரியவில்லை.

காய்ச்சல் ஏறத் தொடங்கியது.

கண்களை மூடினான்.

"ஏனுங்க இப்ப எப்படி இருக்குதுங்க"

குரல் கேட்டு கண் திறந்து பார்த்தான். சகுந்தலா எதிரில் நின்று கொண்டிருந்தாள்.

"ஆட்டோ நிக்குதுங்க. வாங்க ஹாஸ்பிட்டல் போகலாம்"

14

மழலையின் கொள்ளைச் சிரிப்பைப் போல் பூத்துச் சிரித்தது, செம்பருத்தி. நந்தியாவட்டை அதைவிட அழகாய்ப் பூத்திருந்தது. கண் மயங்கி சாயும் மாலை சூரியன் ஓரழகு என்றால், புலர் காலை சூரியன் வேறு மாதிரியான அழகு. கிழக்குப் பூத்து மேகக் கூட்டமின்றி வான் வெளிர் என்று இருந்தது. தளிரில் பட்டு முத்துப் பரலாய்த் தெறித்த இளங்கதிர் ஒளியைக் காண கண் கூசியது. இராப் பாடி அலைந்த நாய்கள் எல்லாம் உறங்கிக் கொண்டிருந்தன. வெள்ளைப் பிச்சியின் மனம் காற்றில் கமழ்ந்தது. அணில் ஒன்று மாதுளங்காயை கொறித்துக் கொண்டிருந்தது. அதனைக் கண்ட மற்றொரு அணில் அருகில் வந்தது. கொறித்துக் கொண்டிருந்த காயைக் கீழே போட்டுவிட்டு, வந்த அணிலைத் துரத்தியது. பொன்னிற வெயில் இன்னும் மஞ்சள் பூசவில்லை. அங்குமிங்கும் ஓடியாடி இரண்டு அணில்களும் ஒன்றோடு ஒன்று விளையாட ஆரம்பித்து இருந்தன. சிறகை விரித்துப் பறந்து வந்த பட்டாம்பூச்சி மலரில் அமர்ந்தது. இலையும், கிளையும், மொட்டும், மலரும் பார்க்கப் பார்க்க உள்ளத்தில் ஆசை பெருகியது. இரண்டு அணில்களும் சேர்ந்து மாதுளங்காயை கொறிக்கத் தொடங்கி இருந்தன. கையில் வைத்திருந்த தேநீரின் சூடு ஆற சகுந்தலா மெய் மறந்து அவற்றையே இரசித்துப் பார்த்துக்கொண்டிருந்தாள்.

திருநாவுக்கரசை அவளுக்கு ஏனோ பார்த்ததும் பிடித்துப் போனது. ஏன், எதற்கு என்கின்ற காரணங்களை அவள் ஆராய விரும்பவில்லை. காரணங்களைத் தேடி காலத்தைத் தொலைப்பதை விடவும் காரணங்கள் இன்றி அன்பு செய்வது என்பது எவ்வளவு உயர்வு. உண்மை நிலையின் ஆத்மா அன்பன்றி வேறேது. எவ்வித நிபந்தனைகள் அற்ற அன்பைப் பெறுவது

வரம் எனக் கொண்டால், அதே விதமான அன்பை அளிப்பது என்பது தவம். அவள் தவம் புரியத் தொடங்கியிருந்தாள். வரம் கிடைக்காவிட்டாலும் தவம் புரிதல் என்பது அமரநிலை. அஃது உன்னத வாழ்வு. உத்தம மரணம்.

அவள் அவனிடம் அன்பையும், தந்தையிடம் கிடைத்த அரவணைப்பையும் எதிர்பார்த்தாள். அவன் தன் மீது கவனம் செலுத்தவும், அக்கறைக் காட்டவும், அன்பு செய்யவும் வேண்டுமென்று விரும்பினாள். விருப்பங்கள் நிறைவேறாத போது அவை ஏக்கங்களாய் மாறிப் போகிறது. மருத்துவமனையில் மூன்று நாட்கள் அவனுடனே இருந்து அவனைக் கவனித்துக் கொண்டாள். அவன் உறங்கிக்கொண்டிருந்த வேளையில் ஹாஸ்டலுக்குச் சென்று வார்டனிடம் அனுமதிப் பெற்று தன் கைப்பட உணவு தயாரித்துக்கொண்டு வந்தாள்.

"அரசு"

அவன் கண் விழித்தான்

"இந்தாங்க இத குடிங்க"

"என்னது"

"பால் கஞ்சி"

திருநாவுக்கரசு அவளையே பார்த்துக்கொண்டிருந்தான்.

"என்னப் பார்க்குறீங்க. பால் கஞ்சி பிடிக்காதா?"

அவன் எழுந்து உட்கார்ந்தான். பால் கஞ்சியை வாங்கிப் பருகினான்.

"எப்போ டிஸ்சார்ஜ் பண்ணுவாங்களாம்"

"அநேகமா நாளைக்குப் பண்ணிடுவாங்களாம்"

மருத்துவமனையில் இருந்து மறுநாள் டிஸ்சார்ஜ் ஆகி அரசு ரூமிற்குப் போனான். அதன் பின் அரசுவும் அவளும் மேலும் இணக்கமானார்கள். ஹாஸ்டலில் இருந்து அவனுக்கு வீட்டுச் சாப்பாடு கொண்டு வந்து கொடுத்தாள். அரசுவின் குடும்ப கதையைக் கேட்ட போது, அவன் மீது பாசம் மேலும் கூடிப் போனது. எல்லா துயரங்களையும் தாங்கிக் கொண்டுதான் வாழ்ந்தாக வேண்டும். அவன் உடம்பு தேறி வரும் வரை அவள் அவனைத் தாயாகித் தாங்கினாள்.

பெரும்பாலும் திருநாவுக்கரசை சுற்றியே தன் வேலைகளை அமைத்துக் கொண்டாள். அவனுடனே வேலை முடிந்து வந்தாள்.

காலையில் அவன் சீக்கிரமாக சென்று விடுவான். அவளும் சில நாட்கள் முயற்சித்துப் பார்த்தாள், காலையில் அவனோடு சேர்ந்து செல்வதற்கு. இயலவில்லை. பின் மாலை நேரத்துப் பயணம் மட்டும் என்றானது. அவனைப் பார்க்கும் போதெல்லாம் பல நாள் தேடித் தவித்த தவிப்பு நிறைவேறியதாய் மனம் மகிழும். அவனிடம் மனதில் உள்ளதை பேசிவிட ஆசைத் துளிர்க்கும். மழை பெய்து ஓய்ந்த இரண்டொரு நாளில், விதை விட்டுப் பச்சை நிறத்தில் துளிர்த்து எழும் தளிர் போல.

அன்று வழக்கம் போல வேலைகளை முடித்துவிட்டு இருவரும் கம்பெனியில் இருந்து சேர்ந்து கிளம்பினர்.

"அரசு பீச்சுக்குப் போகலாமா?"

"என்ன திடீர்னு"

"கடல்னா எனக்கு ரொம்ப பிடிக்கும். கோயம்புத்தூர்ல கடல் இல்லை. ஹோம்ல இருந்து டூர் கூட்டிட்டு போன போது கன்னியாகுமரியில்தான் முதல் முதலா கடல்ல பார்த்தேன். அவ்வளவு அழகா இருந்துச்சு. இங்க சென்னையிலயும் கடல் இருக்குன்னு சொன்னாங்க"

"டைம் ஆயிடுச்சு"

"நாளைக்கு சண்டே லீவுதான"

"இன்னைக்கு வேண்டாம். இன்னொரு நாள் போவோம்"

"கோவிலுக்கு"

"எனக்கு கடவுள் மேல நம்பிக்கைப் போயி பல வருசமாச்சு"

எப்படிப் பேசினாலும் அவன் அகப்படவில்லை.

"ட்ரயின்ல கொஞ்சதூரம் போயிட்டு வருவோம்"

"கொஞ்சதூரம்னா?"

"தாம்பரத்துல இருந்து சென்ட்ரல் வரை போவோம். கொஞ்ச நேரம் கழிச்சு திரும்பிருவோம்"

மெப்ஸில் ஷேர் ஆட்டோ ஏறித் தாம்பரம் இரயில் நிலைய வாசலில் இறங்கினர். பயணச்சீட்டு வாங்க நீண்ட வரிசை நின்றது. இந்த மனிதர்கள் எங்குதான் செல்கிறார்கள். எப்பொழுதும் கூட்டம் நிரம்பி வழிகிறது. அவன் சென்று வரிசையில் நின்றான். அவளும் பின்னால் நின்றாள். ஒரு வயதான மூதாட்டி வந்து வரிசையில் நின்றவரிடம் "தம்பி சைதாப்பேட்டை ரிட்டன் ஒன்னு வாங்கிக் கொடுப்பா" என்றாள்.

“கால் மணிநேரமா லைன்ல நிக்குறேன். கம்முன்னு போய் லைன்ல நில்லு”

பாட்டி முழித்தாள்.

“குடுங்க நான் வாங்கித் தாரேன்” என்றான் அரசு.

“ரொம்ப தேங்க்ஸ் பா”

கவுண்டர் அருகே வந்தான்.

“ரெண்டு சென்ட்ரல் ஸ்டேசன். ஒரு சைதாப்பேட்டை”

“.........................”

டிக்கெட்டை வாங்கிக்கொண்டு வந்தவன், அந்த பாட்டியிடம் டிக்கெட்டைக் கொடுத்தான். அவள் வாங்கிக் கொண்டாள்.

“இந்தாங்க மீதி சில்லரை”

“மீதி காசு எப்படி வரும். நான் கரெக்டாதான கொடுத்தேன்”

டிக்கெட்டைத் திருப்பிப் பார்த்தாள்.

“சைதாப்பேட்டை ரிட்டன் எடுக்க சொன்னா, என்ன கண்ணு நான் இன்னும் சைதாப்பேட்டை ஸ்டேசன்ல யார்கிட்டயாவது கெஞ்சணும். முடியாதுன்னு சொல்ல வேண்டியதான, இப்படித் தேவை இல்லாம தொந்தரவு பண்றதுக்கு உதவி பண்ணாமலே இருக்கலாம்”

அவள் புலம்பிக்கொண்டே சென்றாள்.

தாம்பரத்தில் இருந்து புறப்படுவதால் இரயிலில் கூட்டமே இல்லை. பெட்டியே காலியாக இருந்தது. அவர்கள் இருவர் மட்டும் அந்தப் பெட்டியில் அமர்ந்திருந்தனர்.

சகுந்தலா சிரித்தாள்.

“எதுக்கு சிரிக்கிற”

“உன்னை யாரு அந்தப் பாட்டிக்கு ஹெல்ப் பண்ண சொன்னா. எவ்வளவு பேரு லைன்ல நின்னாங்க. உனக்கு இது தேவையா”

“சரி விடு”

“உன்னைப் பார்த்தா பாவமா இருக்கு”

சொல்லிவிட்டு மீண்டும் சிரித்தாள்.

“என்னைப் பார்த்து யாரும் பாவப்பட வேண்டாம்”

“பெட்டி அதிர அரசு கத்தினான். சகுந்தலா அவனது சத்தத்தை கேட்டு அதிர்ந்து போனாள்.

"அரசு"

"......................."

"சாரி அரசு"

"......................."

"கோபப்படாத"

"......................."

"உன் கிட்ட ஒண்ணு சொல்லணும்னுதான் நானே வந்தேன்"

"......................."

"பேசேன்"

"பேச்சை விடு. கொஞ்ச நேரம் அமைதியாயிரு"

இரயில் புறப்பட்டது. குரோம்பேட்டை தாண்டியதும், கம்பார்ட்மென்டில் கூட்டம் ஏறியது. ஜன்னல் வழியே அவன் வேடிக்கை பார்த்துக்கொண்டிருந்தான். அவள் அவனையே பார்த்துக்கொண்டு வந்தாள். பக்கத்தில் ஒருவர் தூங்கி விழுந்தார். ஒருவர் பேப்பர் படித்தார். குழந்தை ஒன்று கையில் இருந்த பீப்பியை ஊதிக்கொண்டே இருந்தது. இரயிலின் சத்தத்தை விட, பீப்பியின் சத்தம் அதிகமாக கேட்டது. பெரியவர் ஒருவர், வேர்க்கடலையின் தொலிகளை கீழே போட்டுக் கொண்டே கடலையை சாப்பிட்டார். கிண்டியில் மொத்தக் கூட்டமும் இறங்கியது. இரயில் செல்ல செல்ல மீண்டும் கூட்டம் குறைந்தது. பார்க் டவுணில் மறுபடியும் பெட்டி காலியானது. அவர்கள் இருவர் மட்டும் இருந்தனர். இரயிலின் வேகம் குறையத் துவங்கியது.

"அரசு"

"......................."

"இன்னும் என் மேல கோவம் குறையலயா"

"யார் மேலயும் எனக்கு கோவம் இல்லை. கோவம் எல்லாம் என் மேல மட்டும்தான். நான் முட்டாளா இருக்கேன். எல்லாத்தையும் தொலைச்சிட்டு நிக்குறேன். எல்லாம் கிடைக்கும்னு நம்பி ஏமாந்து போறேன்"

"நீ முட்டாளா? உன்னை மாதிரி புத்திசாலி யாரு இருக்கா. இண்டர்வியூவுல நான் செலக்ட் ஆனதுக்கு காரணம் நீ தானே"

"......................."

"ப்ளீஸ் பீ ரிலாக்ஸ். பீ கூல்"

"............................"

"உன்கிட்ட ஒன்னு சொல்லணும்"

அவள் பார்த்தாள். அவனும் பார்த்தான்.

"சொல்லட்டா"

"என்ன சொல்ல போற. சீக்கிரம் சொல்லு"

"அதை சொல்றதுக்கு முன்னாடி இதை கொஞ்சம் பாரு"

அவனிடம் ஒரு பார்சலை நீட்டினாள்.

மேலிருந்த ஒரு ஜரிகை தாளினை நீக்கி அட்டைப் பெட்டியைத் திறந்து பார்த்தான். செல்போன் இருந்தது. நோக்கியா 1100. தலைநிமிர்ந்து பார்த்தான். சகுந்தலா இரயிலில் இருந்து இறங்கியிருந்தாள். அவனும் இறங்கி சென்றான்.

பிளாட்பாரத்து கல் பெஞ்சில் உட்கார்ந்திருந்தாள்.

"என்னது இது"

"............................"

"உன்கிட்டதான் கேக்குறேன்"

"உன் தம்பி, தங்கச்சி கூட டெய்லி பேச உனக்கு இது யூஸ்ஃபுல்லா இருக்கும்"

"இதத்தான் சொல்லணும்னு சொன்னியா"

"இல்ல"

"வேற என்ன"

"............................"

"உன்கிட்டத்தான் கேக்குறேன் சகுந்தலா, வேற என்ன சொல்லணும்"

"நீ என்னை கல்யாணம் பண்ணிக்கிறியா?"

அவன் திகைத்துப் போய் அவளைப் பார்த்தான்.

தாம்பரம் செல்வதற்கான அடுத்த இரயில் குறித்த அறிவிப்பு ஒலிப்பெருக்கியில் ஒலித்துக்கொண்டிருந்தது.

15

இந்த மாம்பழத்தைப் பார்த்தாலே அப்பாதான் நினைவுக்கு வருகிறார். அப்படி இரசித்து ருசித்து சாப்பிடுவார். முருங்கை, கத்திரி, வெண்டை, அவரை என எல்லா காய்களையும் நறுக்கிப் போட்டு மணக்க மணக்க சாம்பார் வைத்தாலும் ஒரு மாங்காயையாவது துண்டு துண்டாக நறுக்கிப் போட்டால்தான் அம்மாவுக்கு மனதே ஆறும். அவள் வைக்கும் சாம்பாருக்கும் புளிக் குழம்பிற்கும் பத்து வீட்டுக் காம்பவுண்டே நாவில் எச்சி ஊறக் காத்துக் கிடக்கும். சிவன் கோவில் மண்டகப் படி, பத்திரகாளி அம்மன் கோவில் கொடை என விசேஷேங்கள் கழிந்து தேங்காய் சேர்ந்துவிட்டால் சொதி வைப்பாள். சம்பந்தத்திற்கு அம்மா வைக்கும் 'சொதி' மட்டுமே போதும். இஞ்சித் துவையலும் சில சமயங்களில் நெல்லை லாலா கடை உருளைக் கிழங்கு சிப்ஸும் தொட்டுக்கொண்டு சொதியை ஊற்றிக் குடிப்பான். அம்மாவின் கைப்பக்குவம் என்றுமே தனிதான். தாத்தாவுக்கு அம்மா செய்யும் புளிமாத் தோசை. அப்பாவுக்கு அவியல் மற்றும் குழம்புக் காய்கள். குழம்பில் உள்ள எல்லாக் காய்களையும் அம்மா அரித்துப் போடுவாள்.

"மாங்காவைப் போடு"

"இவ்வளவு காய் திங்குறியே போதாதா. அது அப்பாவுக்கு வேணும்"

சம்பந்தம் அம்மாவை அடிப்பது போல பார்ப்பான்

'மாதா ஊட்டாத சோறை மாம்பழம் ஊட்டும்' என்று அப்பா அடிக்கடிக் கூறுவார். மாம்பழ சீசனில் எல்லா இரக மாம்பழங்களையும் வாங்கி வந்துவிடுவார். சப்பட்ட,

கிளிமூக்கு, செந்தூரம், பங்கனப்பள்ளி, மல்கோவா, படாமி, அல்போன்சா.....................அப்படித்தான் ஒரு முறை கடை அடைத்துவிட்டு வந்தவர் கைகால் முகம் கழுவி அடுப்படியில் சாப்பிட உட்கார்ந்தார்.

“என்ன சாப்பாடு”

“இதென்ன கேள்வி. சோறுதான்”

“குழம்பு வேண்டாம். மோர் இருக்கா”

மோரை ஊற்றிச் சோற்றை பிசைந்துகொண்டிருந்தார்.

“ஊறுகா வைக்கவா”

“என்ன ஊறுகா”

”நார்த்தங்கா”

“வேண்டாம். அந்த மாம்பழத்த நறுக்கி வை”

“எந்த மாம்பழம்”

“மதியம் கடை பையன் கிட்ட குடுத்து விட்டேன்லா. அது”

“அதெல்லாம் காலி”

“காலியா”

“ஆமா”

“ஏட்டீ, ஒரு கிலோவுமா காலி”

“பொய்யா சொல்லுதேன்”

“மோர் சோத்துக்கு அந்த மாம்பழத்த வச்சுத் தின்னா தேவாமிர்தமா இருக்கும். கடையில இருந்து ஆசையா வந்தேன்”

“எல்லாம் ஒங்க மகன்தான் தின்னான்”

சம்பந்தம் திருட்டு முழி முழித்தான். அப்பா, தட்டில் கையைக் கழுவி விட்டு எழுந்து வெளியே போய்விட்டார்.

“ஊன் மிச்சம் உலகு ஆளலாம். எங்கத் தெரியுது. ஐயாவும்இ மகனும் தின்னே குடியை அழிச்சுருவாங்க போல”

அம்மா சொன்னாள்.

லவ்லின் கையில் மாம்பழத் துண்டுகளைக் கொண்டு வந்தாள்.

“நீ இன்னும் இதையே சாப்பிடலையா. சீக்கிரம் சாப்பிடு”

தட்டில் மேலும் சில துண்டுகளை வைத்துவிட்டுப் போனாள். மாம்பழத்தை எடுத்து வாயில் போட்டாள் திலகம்.

“இப்ப எல்லாம் கெமிக்கலு. டேஸ்ட்டே இல்ல. நான் சின்னப் பிள்ளையா இருக்கச்சுல டேஸ்டு எப்படி இருக்கும் தெரியுமில்ல”

அம்மா சொன்னது அவளுக்கு நினைவில் வந்தது.

வெந்து போன உடலோடு துடித்துக்கொண்டிருந்த அம்மாவைக் கதவை உடைத்து பெரிய ஆஸ்பத்திரிக்குத் தூக்கிக் கொண்டு போனார்கள். ஆஸ்பத்திரி வார்டின் வெளியே அவள் அழுதுகொண்டு நிற்கையில் உள்ளிருந்து ஒருவர் வந்தார்.

“யாரும்மா இங்க திலகம்”

“நான்தான்”

“தீக்குளிச்ச கேஸ் கூட வந்தது நீதானா”

“ஆமா”

“அந்த பொம்பள உயிர் பொழைக்கிறது கஷ்டம்”

திலகம் துடிதுடித்தாள்.

“உன் பேரத்தான் அது சொல்லுது. உன்கிட்டக்க ஏதோ பேசணும் போல”

அவள் பயந்து பயந்து உள்ளே போனாள். அறம்வளர்த்தாளின் முகம் கருகிப் போய்ப் பேய் போல மாறியிருந்தாள்.

“எம்மா”

“..............”

“தெலகம் வந்து நிக்கேன். தெரியுதா”

“............”

“ஏதோ என்கிட்ட பேசணும்னு சொன்னியாமே”

“........................”

“எம்மா கேக்குதா”

“.......................”

“நீ ஒன்னும் பயப்படாத. அப்பா சீக்கிரம் வந்துருவா. நாம பழையபடி நல்லாயிருவோம். நான் படிச்சி டாக்டர் ஆகி உன்னையும் அப்பாவையும் நல்லா பார்த்துக்கிடுவேன்”

“.......................”

“எம்மா, பேசுமா. மேலெல்லாம் காந்துதாமா. எம்மா உன்கிட்டதான் பேசுறேன். பேச முடியலையா. ரொம்ப காந்துதா”

“.......................”

“சம்பந்தமும், அண்ணனும் இப்ப வந்துருவாங்க. நம்ம வீட்டுக்குப் போயிடுவோம். நீ வேலைக்கு எல்லாம் போக வேண்டாம். வீட்டிலேயே இரு. நான் வேணும்னா பஜ்ரங்க் பேன்ஸி கடைக்கு வேலைக்குப் போறேன். அப்பாவ கண்டுபிடிச்சிடலாம். நெசமாத்தான் சொல்லுதேன். என்னோட நல்ல அம்மா இல்ல. பேசுமா. எனக்கு பயமா இருக்குமா”

உள்ளே ஒரு பெண்மணி வந்தாள்.

“யாரும்மா. என்ன வேணும்”

“எங்க அம்மா”

வந்தவள் அறம்வளர்த்தாளின் கையைப் பிடித்து நாடிப் பார்த்தாள்.

“செத்துப்போச்சு”

“செத்துட்டா? என்கிட்ட பேசணும்னு வர சொல்லுச்சு”

அவள் அழுது கொண்டே சொன்னாள்.

“இங்க நிக்கக் கூடாது. வெளிய போ. வெளிய போம்மா. ஏய். இந்தா. இங்க வா. முடிஞ்சிடுச்சு. பாடிய மார்ச்சுரிக்கு அனுப்பு”

திலகத்தை வெளியே இழுத்து நிறுத்தினர்.

ஸ்டெர்ச்சரில் வைத்து அறம்வளர்த்தாளின் உடலைத் தள்ளிக் கொண்டு போனார்கள். அழுது கொண்டு பின்னாலேயே சென்றாள். வேறு அறைக்குள் கொண்டு சென்று கதவை மூடினர்.

“ஏய், நில்லு. எங்க போற”

“எங்க அம்மா அண்ணன்”

“அது செத்துப் போச்சு”

“கொஞ்சம் நேரம் பக்கத்துல நின்னுட்டு வந்துடுறேன்”

“பாப்பா. அது வெறும் பொணம்”

“ப்ளீஸ் அண்ணன்”

அவள் அவனைக் கை எடுத்துக் கும்பிட்டாள்.

“துட்டு எவ்வளவு வச்சிருக்க”

“காசு எதுவும் இல்ல. எங்க அண்ணன் வந்ததும் வாங்கித் தாரேன்”

“துட்டு குடுக்காம உள்ள விடமாட்டேன்”

சமைந்த அன்று ஏதேனும் தங்க சாமான் போட வேண்டும் என்றுஇ அம்மா தன் காதில் கிடந்த தோடினைப் போட்டாள். அதைக் கழற்றி கொடுத்தாள். எவரும் பார்க்காதவாறு அதனை வாங்கிப் பையில் வைத்துவிட்டு, உள்ளே அனுமதித்தான். அறம்வளர்த்தாளின் அருகே நின்று அழுது கொண்டிருந்தாள்.

அரசுவும், சம்பந்தமும் தகவல் அறிந்து வெகுநேரம் கழித்து வந்தனர்.

எல்லாம் முடிந்தது.

பாடம் படிக்கையில், சாப்பிடுகையில், தனியாக இருக்கையில், உறங்குகையில் என அன்றாடம் ஒரு முறையாவது மருத்துவமனையில் நிகழ்ந்தது கண் முன் வந்து செல்லும்.

“டேஸ்டா இருக்குதுல்ல”

“ம்”

“டாடியும், மம்மியும் இன்னும் காணல. இந்த பாட்டி வேற ப்ரேயர் பண்ணக் கூப்பிடும்”

“எடுத்துக்கோங்க”

“எனக்கு வயிறு ஃபுல். என்ன படிச்சு டாக்டர் ஆயிடுவியா. நான் என்ஜினியர் ஆன மாதிரி”

லவ்லின் சொல்லிவிட்டு சிரித்தாள்.

“உங்ககிட்ட ஒன்னு கேட்கலாமா”

“என்ன, கணேஷ் பேக்கரி மக்ரூன் வேணுமா. இல்ல, உங்க அண்ணனுக்கு பிடிக்குமே, என்ன பேரு. ஆ....’காசி விலாஸ்’ லட்டு வேணுமா?”

நீங்க என் அண்ணனை லவ் பண்றீங்களா”

லவ்லின் திடுக்கிட்டாள்.

“என்ன சத்தத்தையே காணோம்”

“உனக்கு எப்படித் தெரியும்”

“அது மட்டும் இல்ல. எங்க அண்ணனைத் தேடி நீங்க எங்க பழைய வீட்டுக்கு வந்ததும் தெரியும். உங்ககிட்ட அடிக்கடி கேட்கணும்னு நினைப்பேன். ஆன கேட்கல”

அரசுவுக்குக் கூட அவனைத் தேடிச் சென்றதைக் கூறவில்லை. ஷைனியைத் தவிர வேறு எவருக்கும் தெரியாது. இவள் எப்படித் தெரிந்துகொண்டாள்.

"எப்படி தெரியும்"
"தெரியும்"
"அதான் எப்படி தெரியும்"
"நான் கேட்டதுக்கு முதல்ல பதில் சொல்லுங்க"
"என்னது"
"............."
"லவ் பண்றீங்களா"
"............."
"சும்மா சொல்லுங்க. நான் யார்கிட்டேயும் சொல்லமாட்டேன்"
"ஆமா"
"எங்க அண்ணன்கிட்ட சொல்லிட்டீங்களா"
"இன்னும் சொல்லல"
"எப்போ சொல்லப் போறீங்க"
"சொல்லணும்"
"சீக்கிரம் சொல்லிடுங்க"
"ம். நீ இப்போ சொல்லு. உனக்கு எப்படி நான் உங்க வீட்டுக்கு வந்தது தெரியும்"

"நான் ஈவினிங் ஸ்கூல் முடிஞ்சதும் டெய்லி எங்க பழையத் தெருவுக்கு போவேன். அப்படி ஒரு நாள் சாமுவேல் சைக்கிள் கிட்டக்கப் போகும் போது, ஒரு பொண்ணு வந்து உங்க அண்ணனை விசாரிச்சுட்டுப் போச்சு அப்படினு காம்பவுண்டுல உள்ள மந்திரம் மாமா சொன்னாரு"

"எங்க டாடி ஓ.கே.சொல்வாரானு தான் தெரியல"
"முதல்ல எங்க அண்ணன் ஓ.கே.சொல்வானானு பாருங்க"
"நீ எதாவது ஹெல்ப் பண்ணேன்"
"பாப்போம்"
"சரி. ப்ரேயிருக்கு டைம் ஆச்சு."

லவ்லினின் பாட்டி பைபிளை எடுத்து வாசிக்கத் தொடங்க, அவள் உள்ளே சென்றாள். பாட்டியின் ஜெபமாலையையும், ஸ்டாண்டில் வைக்க மெழுகுவர்த்தியும் எடுத்துக்கொண்டு திலகவதி பின் சென்றாள்.

16

அவன் கடலையே பார்த்துக்கொண்டு அமர்ந்திருந்தான். அவள் அவனருகில் அமர்ந்து கடலையும், அவனையும் மாறி மாறிப் பார்த்துக்கொண்டிருந்தாள். இந்தக் கடல்தான் எவ்வளவு அழகு. பார்க்க ,பார்க்க வியப்பு. குதூகலம், மகிழ்ச்சி, ஆனந்தம். எப்பொழுது பார்த்தாலும் பிரமிப்பாகத்தான் இருக்கின்றது. ஆகாயத்தை விட கடல் அழகுதான். ஆர்ப்பரித்து எழும் வேகமும், கரைகளைத் தீண்டும் நுரையும், உடைந்து, சிதறி ஒன்றுமற்று போகும் நிலையும் பார்த்துக் கொண்டே பொழுதைக் கழிக்கலாம். வாரம் தவறாமல் வரலாம். இந்த பாழாய்ப் போன அரசு சம்மதித்தால் தானே வருவது. தனியாக வந்து செல்வதில் அவளுக்கு விருப்பமில்லை. பரந்துக் கிடந்த கடலை வானம் அள்ளி அணைக்க முயன்று தோற்றுக்கொண்டே இருந்தது. நிலவு இன்னும் முழுவதுமாக எழவில்லை. கடற்கரையில் எல்லாரும் ஏதேதோ செய்து கொண்டு இருந்தார்கள். வாக்கிங் போனார்கள், ஐஸ் வாங்கிச் சாப்பிட்டார்கள், குழந்தைகள் பலூன் கேட்டு அழுதார்கள், பட்டம் பறக்கவிட்டுக் கொண்டிருந்தார்கள். கடலை இரசிப்பதை விட்டு இவர்களால் எப்படி இவ்வாறு செய்ய முடிகிறது. அரசுவைப் பார்த்தபோது, அவன் கணகலங்கி கைக்குட்டையால் கண்ணீரைத் துடைத்துக் கொண்டிருந்தான்.

"என்னாச்சு அரசு"

"ஒன்னுமில்ல"

"ஏன் அழுவுற?"

அவள் அவனது கைகளை இறுக்கிப் பிடித்தாள்.

அன்று இரயில் நிலையத்தில் சகுந்தலாவிடம் செல்போனைக் கொடுத்து விட்டு வந்தவன், அதன் பிறகு அவளைப் பார்ப்பதைத்

தவிர்த்தான்.

கேண்டீனில் டோக்கன் வாங்குகையில் அவள் எதிர் வந்து நின்றாள்.

"என்னை எதுக்கு அவாய்ட் பண்ற?"

"......................."

"உன்கிட்ட தான் பேசுறேன்"

"சகுந்தலா, நீ நினைக்கிற மாதிரி எல்லாம் நடக்காது."

"ஏன்"

"வழியை விடு நான் போகணும்"

"ஏன்னு கேட்டேன்'

"ஏன்னா எனக்கு நிறைய பொறுப்பு இருக்கு. என் தங்கச்சியை நல்ல இடத்துல கல்யாணம் பண்ணிக் கொடுக்கணும். தம்பி வேற இருக்கான்"

"அதனால"

"அதனால இதெல்லாம் சரியா வராது"

"எதெல்லாம்"

"விடு. உனக்கு சொன்னா புரியாது"

அவன் தலைகுனிந்து நின்றான்.

"உண்மையிலேயே உனக்கு என்னைப் பிடிக்கல"

"பிடிக்கிறதுங்கிறது வேற"

"முடிவா கேக்குறேன் என்னைய கல்யாணம் பண்ணுவியா? மாட்டியா?"

"மெதுவா பேசு"

அவன் அக்கம் பக்கம் திரும்பிப் பார்த்தான்.

"சொல்லு"

"என்ன சொல்லணும்"

"கல்யாணம் பண்ணுவியா? மாட்டியா?"

"இங்க பாரு சகுந்தலா எனக்கு நிறைய..."

"நான் வெயிட் பண்றேன் அரசு"

"எத்தனை வருஷம்"

"ஆயுள் முழுசும்"

"புரிஞ்சிக்கோ"

"நீதான் என்னைப் புரிஞ்சிக்க மாட்டேங்குற"

அவள் உடைந்து அழுதாள். இதுவரை வாழ்ந்த வாழ்க்கை முழுவதற்கும் சேர்த்து அவன் முன்னே அழுதாள்.

"இப்ப எதுக்கு அழுவுற"

"உங்க அம்மா மேல இல்ல, உங்க தாத்தா மேல ப்ராமிஸ் பண்ணி சொல்லு. உனக்கு என்னைப் பிடிக்கலைன்னு"

"........................"

"எனக்குத் தெரியும். உனக்கும் என்னைப் பிடிக்கும். நான் உன்மேல வச்சிருக்கிற பாசத்தை விட அதிகமா நீ என் மேல அதிக பாசம் வச்சிருக்கிற அப்பிடின்னு எனக்கு நல்லா தெரியும். ஆனா நீ வீணா லைஃபைப் பார்த்துப் பயப்படுற"

"........................"

"இந்தா பிடி"

செல்போனையும், சார்ஜரையும் அவள் கொடுத்தாள். மறுப்பேதும் சொல்லாமல் அவன் வாங்கிக் கொண்டான்

இன்னும் அவன் கடலையே பார்த்துக்கொண்டிருந்தான்.

"அரசு"

"சொல்லு"

கடலைப் பார்த்துக் கொண்டே சொன்னான்.

"எங்க ஹோம்ல எவ்ரி இயர் ஆனுவல் டே நடக்கும்"

"சரி"

"லாஸ்ட் இயர் என்னால போக முடியல"

"ஓ.கே"

"இந்த இயர் நான் போறேன். நீயும் கூட வாறீயா?"

"நான் எதுக்கு"

"வாயேன்"

"ஊருக்கு போகவே எனக்கு நேரமில்லை"

"ப்ளீஸ்"

"கம்பெனியில லீவ் தர மாட்டாங்க"

"அது நான் பேசி வாங்கிக்கிறேன்"

“சொன்னா கேட்க மாட்டியே”

“செலவு என் பொறுப்பு”

“செலவுக்கில்ல”

“பின்ன என்ன ப்ராப்ளம். டூ டேஸ் லீவு போட்டா போதும்”

“பஸ்ஸா, ட்ரெயினா”

“ட்ரெயின். நான் டிக்கெட் புக் பண்ணிக்கிறேன்”

“என்ன டேட்”

“நெக்ஸ்ட் மன்த் டென்த்”

“.......................”

“இங்க பாரேன்”

அவன் அவள் கண்களைப் பார்த்தான். ஆர்ப்பரிப்பற்ற கடலையும், ஆரவாரமான இரவையும் ஒரு சேரப் பார்த்தது போல் அவனுக்கு மிரட்சியாய் இருந்தது. அவள் கண்களில் இருந்து பார்வையைத் திசைத் திருப்ப முயற்சித்தான்.

“உன்கிட்ட ஒன்னு கேக்கவா”

“கேளு”

“உனக்கு இந்த கடலைப் பார்த்தா என்ன தோணுது”

“ஏன் கேட்குற”

“சும்மா தான் கேட்கிறேன் சொல்லு”

“பிரமிப்பா இருக்கு, அழகா இருக்கு, சந்தோஷமா இருக்கு. சில சமயம் இந்த அலைகள் எல்லாம் ஆக்ரோஷமா மேல் எழும்புறதப் பார்த்தா பயமாவும் இருக்கு”

அவள் இன்னும் பற்றியிருந்த அவனது கைகளை விடவில்லை.

“உங்களுக்கு எல்லாம் அழகாகவும், ஆச்சர்யமாகவும், பயமாகவும் தோணுது. ஆனா எனக்கு இந்த கடலைப் பார்த்தா பாவமா இருக்கு. அழுகையா வருது. இந்தக் கடல் அலை எதுக்கு வந்துட்டு, வந்துட்டு திரும்பப் போகுது. உலகம் தோன்றினதுலே இருந்து இது இப்படித்தானே வந்து, வந்து போய்க்கிட்டு இருக்குது.”

அவள் அவனைப் பார்த்துச் சிரித்தாள். அவன் அவள் சிரிப்பையே இரசித்துக் கொண்டிருந்தான். எவ்வளவு அழகான சிரிப்பு. அந்தச் சிரிப்பு அவன் மனதிற்கு இதமாய் இருந்தது.

"பெருமாளோட அவதாரம் என்னன்னு உனக்குத் தெரியுமா?"

"இப்ப எதுக்கு அது"

"சும்மா சொல்லு"

"கிருஷ்ணர், ராமர் அப்புறம் நரசிம்மர்"

"வேற"

"தெரியாது"

"நான் சொல்லவா"

"சொல்லு"

"மச்சம், கூர்மம், வராஹம், நரசிம்மம் ...."

அவள் பத்து அவதாரங்களையும் வரிசை மாறாமல் கூறினாள்.

"எப்படி இதை மனப்பாடம் பண்ணன"

"மனப்பாடம் பண்ணல"

"பிறகெப்படி இப்படி சொல்லுற"

"இந்த பூமி முதன் முதல்ல தோன்றின போது, தண்ணீர் தான் இருந்தது. தண்ணில மட்டும் வாழுற உயிரினம் மீன் அது மச்சம். அடுத்தது நீருலயும் வாழும், நிலத்துலயும் வாழும் ஆமை அது வராஹம், அடுத்து மிருகம் பாதி மனுஷன் பாதி அது நரசிம்மம் அடுத்து.................."

"போதும் போதும்"

"அவதாரம்னு ஒன்னும் கிடையாது. இது எல்லாம் பொய், கட்டுக்கதை, ஏமாத்து வேலை அப்படின்னு பாரதியார் சொல்றாரு. அவரு என்ன சொல்றாருன்னா.................."

"அம்மா தாயே கவிதை, கிவிதை சொல்லிறாத"

"அப்போ கதை சொல்லட்டுமா. நீ கேட்ட கேள்விக்கு பதில் அந்த கதைல இருக்கும்"

"என்ன பதில்"

"கடல் அலை ஏன் வந்துக்கிட்டே இருக்குன்னு"

"நிஜமாவா"

"சத்தியமா"

"சரி சொல்லு"

"இந்த கடல் ஆம்பளையா? பொம்பளையா?

தட்டழியும் சலதி

“பொம்பளைதான். கடல் மாதா, கடல் அன்னைன்னு சொல்றாங்க இல்ல”

“கரெக்ட். கடல் பெண் தான்”

“.........................”

“கடல்ல முதல் முதல்ல தோன்றின உயிர் பரிணாம வளர்ச்சியில் மீனா மாரிடுச்சு. அந்த மீன் கடலை அம்மான்னு தான் கூப்பிடும். அந்த மீனுக்கு கரைக்குப் போகனும்னு ரொம்ப ஆசை. கடல் மாதாகிட்ட எப்பவும் கேட்டுக்கிட்டே இருக்குமாம். கடல் மாதாவுக்கு கரைக்குப் போனா என்ன நடக்கும்னு தெரியாது. அது தெரியாம அந்த மீனை அது ஆசைப்படி தெரியாம கரையில கொண்டு வந்து சேர்த்திட்டுத் திரும்புச்சு. அந்த மீனு தண்ணீர் இல்லாம துடிதுடிச்சுச் செத்துப் போச்சு. அன்னையிலிருந்து அந்த மீனைத் தேடி கடல் மாதா வந்துக்கிட்டே இருக்காளாம். ஆனால், அந்த மீன்தான் கிடைச்ச மாதிரித் தெரியலை”

“.........................”

“அதனால தான் கடல் வந்து கரையயைத் தொட்டுக்கிட்டே இருக்குது. என்னைக்கு அந்த மீனோட ஸ்பரிசத்தை கடல் உணருதோ அன்னைக்கு அது அமைதியாயிடும்”

அரசுவுக்கு வாய்விட்டுக் கதறி அழத் தோன்றியது. அவனது முகம் மாறுவதை அவள் கவனித்தாள்.

“லூசு. இது வெறும் கதை. சும்மா ஜாலிக்கு சொன்னேன்”

அவள் அவனைத் தேற்றினாள்.

“உங்க ஊருலேயும் கடல் இருக்குது இல்ல”

“ஆமா. எங்க ஊரு கடல் இந்த மாதிரி இருக்காது. அது இன்னும் பாவமா இருக்கும்”

“பாவமா இல்ல. அழகா இருக்கும். சரி புறப்படுவோம். டைம் ஆச்சு ஹாஸ்டல்ல பூட்டிருவாங்க”

இருவரும் கடற்கரையில் இருந்து எழுந்து கொண்டார்கள்.

மெரினா அல்லது பெசன்ட் நகர் பீச்சுக்கு சென்றால் கூட்டமாக இருக்கும் என்பதால் திருவான்மியூர் கடற்கரைக்கு அழைத்து வந்தான். பேசிக்கொண்டே இருவரும் ஆர்.டி.ஓ. ஸ்டாப்பிங்கிற்கு வந்தார்கள். சொல்லி வைத்தாற் போல் ஷேர் ஆட்டோ வந்தது. அவள் உள்ளே செல்ல அவன் அவளருகில்

சென்று அமர்ந்தான். திருவான்மியூர் பஸ் ஸ்டாண்டில் இறங்கித் தாம்பரம் செல்லும் பேருந்தில் ஏறினர்.

“மருந்தீஸ்வரர் கோவிலை மிஸ் பண்ணியாச்சு”

“நெக்ஸ்ட் வீக் பார்ப்போம்”

“ஆமா, பீச்சுக்கு வாரதுக்கே ஒன் மன்த் வெயிட் பண்ண வேண்டியிருக்கு”

“பேருந்தின் உள்ளே கூட்டம் சேரத் தொடங்கியது”

“உள்ள போ, உள்ள போ ஜனம் ஏறும் உள்ள போ” நடத்துனர் குரல் கொடுத்துக்கொண்டே வந்தார்.

“ஏம்பா, உனக்குத் தனியா சொல்லனுமா. உள்ள போப்பா. ஜனம் இன்னும் வரும்”

“அய்ய இதுவாண்ட ஏறுன ஜனமே போதும். நீ பிகிலக் குடு”

அவள் அவன் தோளில் சாய்ந்தாள்.

“பசிக்குதா”

“ம் ஹூம்”

“ம் ஹூம்னா. பசிக்குதா?இல்லையா?”

“பசியில்லை”

“பொய் சொல்லாத. உன் மூஞ்சப் பார்த்தா எனக்குத் தெரியாது. தாம்பரத்துல இறங்கி சாப்பிடலாம்”

“........................”

அவன் எழுந்து சென்றான்.

“எங்கே போற பஸ் எடுத்துற போறாங்க”

“ஒரு நிமிஷம் வந்துடுறேன். பேருந்து மெதுவாக திருவான்மியூர் பஸ் டெப்போவில் இருந்து வெளியே வந்தது. சகுந்தலா திருநாவுக்கரசைத் தேடினாள். அவனைக் காணவில்லை. காத்திருக்கும் சூழ்நிலையில் அவள் இல்லை. பேருந்து வேகம் எடுத்தது. அவன் வருவதாகத் தெரியவில்லை. பேருந்தை நிறுத்திவிட்டு இறங்கிவிடலாம் என அவள் யோசிக்கையில், அவன் அவளது தோளைத் தொட்டுத் தட்டினாள்”

“இந்தா சுண்டல்”

“ஹூசு. பயந்தே போயிட்டேன். நீ வராம போயிடுவியோன்னு”

"வராம எங்க போவேன்"
அவன் அவளருகில் அமர்ந்து சுண்டலை பொறுக்கினான்.
சகுந்தலா அவனது காதில் வந்து கிசுகிசுத்தாள்.
"ஐ லவ் யூ அரசு"
பேருந்து எஸ்.ஆர்.பி டூல்ஸ் சிக்னலில் வந்து நின்றது.

17

வெற்றி தியேட்டர் வாசலில் கூட்டம் அலைமோதியது. வாகன நெரிசல். பேருந்து அரைமணி நேரமாக நகராமல் சங்கர ராமேஸ்வரர் கோவில் தேர் போல அசையாமல் ஒரே இடத்தில் நின்று கொண்டிருந்தது. அவன் ஜன்னல் வழியாக எட்டிப் பார்த்தான்.

"தலைவர் வாழ்க"

"படம் நூறு நாள் கன்ஃபார்ம்"

"தமிழகத்தின் வருங்கால முதல்வர் வாழ்க"

"இன்று கோடம்பாக்கத்தின் நிரந்தர முதல்வர், நாளை கோட்டையின் நிரந்தர முதல்வர். மனிதக் கடவுள், வாழும் புனிதர் ...."

வானுயர பேனர்கள் கட்டப்பட்டிருந்தன. சுவரெங்கும் போஸ்டர்கள் ஒட்டப்பட்டிருந்தன.

"இனிக்கதை ஒப்பேறாது' என அவன் பேருந்தை விட்டு இறங்கி, இரயில் நிலையத்திற்குச் சென்றான்.

கம்பெனிக்கு டெல்லியிலிருந்து வரும் விருந்தினர்களை மீனம்பாக்கம் விமான நிலையம் சென்று அழைத்து வர, யாரை அனுப்புவது என யோசிக்கையில் வலிய வந்து தானாக சிக்கிக் கொண்டான்.

"அரசு நீங்க போய்க் கூட்டிட்டு வந்திருங்க"

"நானா"

"யெஸ். இட் இஸ் எ வெரி இம்பார்டன்ட் திங்க். கைன்ட்லி டு இட்"

"ஓ.கே. மேடம்"

இங்கே வந்தால் இப்படியொரு துன்பம். நம் தலையெழுத்தை விடத் தமிழ்நாட்டின் தலைவிதி படு கேவலமாக உள்ளது என எண்ணிக் கொண்டான். இந்த சம்பந்தம் கூட, ஏதோ ஒரு நடிகரின் படத்தின் பின்னால் நாய் போல சுற்றுவான். அரசுவுக்கு இவற்றைக் கண்டாலே, ஒவ்வாமை.

இரயில் பிடித்து மீனம்பாக்கம் வந்து விமான நிலைய வாசலில் காத்திருந்தான். கையில் இருந்த செல்போனைப் பார்த்துக் கொண்டான். 'உங்க செல்போன் நம்பரை கெஸ்ட்டுக்கு மெசேஜ் பண்ணிட்டோம். ரீச் ஆனதும் அவங்களே கால் பண்ணுவாங்க. அண்டில், யூ ஹவ் டு வெயிட் தர்' என்று கம்பெனியில் சொல்லி இருந்தார்கள்.

இங்கு ஏதோ அரசியல் தலைவர் வருகை என்றும், அவரை வரவேற்க வேண்டித் தொண்டர் கூட்டம் கூடியிருந்தது. அரசியல்வாதி வெளியே வர நிரூபர்களும், தொண்டர்களும் சாரை சாரையாகக் குவிந்து கொண்டிருந்தனர்.

எல்லாவற்றிற்கும் இங்குக் கூட்டம் கூடுகிறது. நடிகனுக்கு, அரசியல்வாதிக்கு, அடிதடி சண்டைக்கு, விபத்தில் அடிபட்ட உயிரைக் காணுவதற்கு, இரயிலில் வரும் மூன்றாம் பாலினத்தவருக்கு கூட்டம் நெருக்கித் தள்ள அரசு ஓரமாக ஒதுக்கப்பட்டான். அவன் தோளினை யாரோ தட்டுவது போல உணர்ந்தவன், திரும்பிப் பார்த்தான்.

"எப்படியிருக்கீங்க அரசு"

அரசுவிற்கு சட்டென்று அவன் பெயர் நினைவுக்கு வரவில்லை.

"நல்லா இருக்கேன். உங்க நேம் சாரி.........."

"ஜிஷ்ணு"

"யெஸ் ஜிஷ்ணு. எப்படியிருக்கீங்க"

"நல்லா இருக்கேன், நீங்க இங்கதான் இருக்கேளா?"

"ஆமா இங்கதான் ஒர்க் பண்ணுறேன். அவலான் டெக்னாலஜிஸ். நீங்க"

"ஏண்டா ஜிஷ்ணு நாழி ஆகுறது. அசமந்தமாட்டம் நின்னுண்டு இருக்க"

மதுசூதனன் அவர்கள் உரையாடல் நடுவே குறுக்கிட்டான்.

"யாராண்ட பேசிட்டு இருக்க"

“மது, இவர் திருநாவுக்கரசு. திருநாவுக்கரசு இது மதுசூதனன். என்னோட மைத்துனர்”

மதுசூதனன் திருநாவுக்கரசைப் பார்த்து கூனிக்குறுகிப் போனான்.

“சரி பார்க்கலாம்”

“ஓ.கே. ஜிஷ்ணு”

அரசு செல்போனைப் பார்த்தான். அதில் ஒன் மிஸ்டு கால் என்று வந்திருந்தது. அவன் வேகமாக சென்றான்.

“சுபத்திரா வெயிட் பண்ணுவா போகலாம்டா மது”

“நீ போயிண்டு இரு. நான் இதோ வந்துடுறேன்”

மது அரசுவைத் துரத்திப் பிடித்தான்.

“என்னை மன்னிச்சிடுங்கோ. நான் வேனும்னு பண்ணலை. ஏதோ அவசரத்துல”

“இட்ஸ் ஓ.கே. ஐ அண்டர்ஸ்டான்ட். ஏதோ அர்ஜன்ட். உங்க சூழ்நிலை. நீங்க என்ன பன்னுவீங்க”

மதுசூதனனுக்கு இன்று வரை குற்ற உணர்ச்சிப் போகவில்லை.

இறுதியில் அவன் வாய் முகூர்த்தம் பலித்துப்போனது. ஜிஷ்ணுவைவிட நல்ல வரன் அமைய, இராகவன் ஐயர் வானத்துக்கும் பூமிக்கும் குதித்தார்.

“இதோ பாருடா ஜிஷ்ணு. என்னால சுபத்திராவை நோக்கு தாரை வார்க்க முடியாது”

“எனக்கு கோர்ஸ் முடிந்திடுத்து. கேம்பஸ் இண்டர்வியூவிலயும் செலக்ட் ஆகிட்டேன். இன்னும் ரெண்டு மூணு மாசத்துல வேலைக்கு சேர்ந்திடுவேன்”

“அதெல்லாம் முடியாது”

“மாமா உங்களுக்கே நன்னாத் தெரியும், சுபத்திராதான் நேக்கு எல்லாமே”

“முடிந்து போன கதையைப் பேசி காலத்தை விரயம் பண்ணாத. சுபத்திராவை உள்ள அழைச்சிண்டு போடீ”

மதுவின் திட்டப்படி ஜிஷ்ணு சுபத்திராவை இரவோடு இரவாக இழுத்துக் கொண்டு ஓடி வந்து விட்டான்.

“யாரும் கவலைப்பட வேண்டாம். கேட்டேளா. அவன் தங்கையை எங்கே கூட்டிக்கொண்டு போயிருப்பான்னு நேக்குத்

தெரியும். ஒரு டூ டேஸ் டைம் கொடுங்கோ. நான் போய் கையோட இழுத்துண்டு வாரேன்"

"எல்லாம் உன் ஐடியாவா?"

கங்கா தாத்தா மதுவைப் பார்த்து கண்ணடித்தார்.

"வாயை மூடும்"

திருப்பதியில் திருமணம் முடித்து டெல்லிக்கு அனுப்பி வைக்க விமான நிலையம் வந்தான்.

"சுபத்திரா கண்ணைக் கசக்கிண்டு நிற்காத. பார்க்கிறவா உன்னை யாரோ கடத்திக் கொண்டு போறான்னு நினைக்கப்போறா"

ஜிஷ்ணு சிரித்தான்.

"நீ ஏன்டா பல்லிளிக்கிற. வேலைக்குப் போய் ஆறு மாசத்துல எப்படியாவது அமெரிக்கா போகிற வழியைப் பாரு. நீங்க ரெண்டு பேரும் ஜோடியா அமெரிக்காவில நிற்கிற போட்டாவைப் பார்த்தா எல்லாப் பிரச்சினையும் சரியாயிடும். திரும்ப அடுத்த ஃபிளைட்டிலயே எல்லாரும் அமெரிக்கா வந்து இறங்கிடுவா. நான் புறப்படட்டுமா?"

"கங்கா தாத்தாவ கேட்டேன்னு சொல்லுடா, மது"

"ரொம்ப முக்கியம்"

அவர்கள் இருவரையும் வழியனுப்பி வைத்துவிட்டு வெளியே விமான நிலையம் வாசலுக்கு வந்தான். உயிர் தொண்டைக்குழி வரை வந்து வந்து போனது.

அன்றும் மதுசூதனனுக்கு அப்படித்தான் இருந்தது.

"கருநட்டக் கணடனை யண்டத்
தலைவனைக் கற்பகத்தைச்
செருநட்ட மும்மதி லெய்யவல்
லானைச் செந் தீமுழங்கத்
திருநட்ட மாடியை தில்லைக்
கிறையைச்சிற் றம்பலத்துப்
பெருநட்ட மாடியை வானவர்
கோனென்று வாழ்த்துவனே
ஒன்றியிருந்து நினைமின்க ளுந்தமக்
கூனமில்லை............................"

நெல்லையப்பர் கோவிலில் மூலவர் சன்னதியில் நின்று பாடிக்கொண்டிருந்தார், திருச்சிற்றம்பலம்பிள்ளை.

மதுசூதனன் எதிரில் போய் நின்றான்.

"போதும் ஓய், கண்ணைத் தொறயும். விட்டா நாள் முழுக்கப் பாடுவீர். சிவபெருமானுக்கு உம்ம பாட்ட விட்டா வேற வேலை இல்ல பாரும்"

"என்ன மதுசூதனா. இப்ப எல்லாம் ஹோமம், கீமம்னு தெருப்பக்கம் வாறதே இல்ல"

"யாருங்கானும் இப்ப ஹோமம் வளர்க்கிறா. எல்லா ஜாதியைத்தான் வளர்க்கிறா. அந்த காலத்துல சங்கம் வச்சு தமிழ் வளர்த்தா. இப்போ சங்கத்த வச்சு ஜாதி வளர்க்கிறா, இல்லைனா ஜாதியை வச்சு சண்டைய வளர்க்குறா. அது கிடக்கட்டும். உம்ம மந்திரி கனவு என்னாச்சு"

"எங்க அடுத்த வருஷம் எலக்ஷன்ல என்ன நடக்க போகுதுன்னே தெரியல"

"நீரு ஜெயிக்க நான் ஐடியா சொல்லவா"

"என்ன ஐடியா"

"உமக்கு தெரியாதது ஒன்னுமில்லை, உங்க கட்சியில வருகிற எலெக்ஷன்ல உமக்கு சீட்டு கன்பார்ம். எதிர்கட்சியில அந்த துரைராஜத் தான் நிற்க வைக்கப் போறாங்க. கடைசி நேரத்துல அவரு நான் நிக்கமாட்டேன்னு சொல்லி வாபஸ் வாங்கிட்டாருன்னா, அவசரத்துக்கு வேற கேண்டிடேட் யாரையாவது நிப்பாட்டுவா, நீரு ஈஸியா ஜெயிச்சிடலாம்"

"அதுக்கு துரைராஜ் ஒத்துக்கிடணுமில்ல"

"ஒத்துக்க வைக்கணும்"

"எப்படி"

"துரைராஜ் கீப்போட மகன் டிப்ளமோல அரியர் வச்சிருக்கான்"

"அரியர்னா"

"குறுக்க பேசாதீர். அரியர்னா பெயில். துரைராஜ் வைப்பாட்டி, அதான் அந்த மேனாமினுக்கி சோமசுந்தரி தன் மகனை படிக்க வைச்சா இன்ஜினியரிங்தான் படிக்க வைப்பேன்னு ஊர் முழுக்க சொல்லிட்டுத் திரியுறா. துரைராஜ் கிட்ட பணம் இருக்கு. உம்ம அளவுக்கு ஆள் பழக்க வழக்கம் இல்ல. மனுசன் கிடந்து திணறாரு. நீரு எப்படியாவது போலி சர்டிபிக்கேட் ரெடி பண்ணி

கொடுத்து அவனை இன்ஜினியரிங்க் காலேஜ்ல சேர்த்துவிட்டா போதும். மத்தத 'சோமு' மாமி பார்த்துப்பா. நீரு கட்டாயம் மந்திரி ஆகிடலாம்"

"காலேஜ்லாம் ஆரம்பிச்சு நாலு, அஞ்சு மாசம் ஆச்சுல்ல. இப்ப யாரு சீட்டுத் தருவா"

"அதுக்கும் கைவசம் ஐடியா இருக்கு. உமக்காக நான் அலைஞ்சு திரிஞ்சு விசாரிச்சு வச்சிருக்கிறேன். காலேஜ்ஜில ஒரு பையன் படிக்கிறான். பேரு திருநாவுக்கரசு. அவனோட தோப்பனார் ஊரவிட்டு ஓடிட்டார். பையன் இன்னும் ஃபீஸ் முழுசா கட்டல. நீரு காலேஜில ஆள வச்சு மூவ் பண்ணி, அவனைத் தூக்கிட்டு அந்த இடத்துல நம்ம பிள்ளையாண்டான உட்கார வையும்"

"இதெல்லாம் நடக்குற கதையா"

"நடக்கும் ஓய். எல்லாம் பணமும், பெரிய இடத்து வாய்ஸும் தான்"

"யாரைப் பிடிக்கணும்னு தெரியலயே"

"அது உம்ம சாமர்த்தியம். விட்ட பதவி வேணுமுனா, இதுதான் ஒரே வழி"

"சரி பார்ப்போம்"

மதுசூதனன் முடிச்சைக் கெட்டியாக போட்டான். அவர் போனவுடன் செல்போனை எடுத்து காதில் வைத்தான்.

"சோமு மாமி நான் அவர்கிட்ட பேசிட்டேன். இனி நீங்க அவரை ஃபாலோ பண்ணிக்கோங்க"

நெல்லையப்பர் கோவிலில் இருந்து நடக்கும் தூரத்தில் இருந்தது, திருச்சிற்றம்பலத்தின் இல்லம். மூன்றாம் தலைமுறை வாசம். 'மேலவீடு' என்று சொல்வார்கள். அவர் தந்தைக்கு கொழும்பு சம்பாத்தியம். சேர்ந்த பணத்தை வைத்து அந்த காலத்திலேயே மச்சுவீடுக் கட்டினார்கள். உடன் பிறந்தது ஒரே தம்பி. நெல்லையப்பன். தந்தையின் காலத்திற்கு பிற்பாடு, அவரின் தொழிலை திருச்சிற்றம்பலம் கவனித்துக் கொண்டார். அதோடு தேசியக் கட்சியை வீழ்த்தி அசுர வேகத்தில் வளர்ச்சி கண்ட மாநிலக் கட்சியின் திருநெல்வேலி மாவட்ட செயலாளர் பதவியும் கிடைத்தது. பணத்தோடு பதவியும் சேர்ந்தது. பிறகென்ன, சொல்லி மாளாத ஆட்டம். மனைவி உமையாள் பிள்ளை வரம் வேண்டி கோவில், கோவிலாக சுற்றினாள்.

திருச்சிற்றம்பலம் மாவட்ட தலைவர் ஆனார். தேர்தல் களம் கண்டுவிடத் துடித்தார். கட்சித் தலைமையும் அவரது சாதி ஓட்டுகளைக் குறிவைத்து அவரை நிறுத்தியது, எதிர்த்திசையில் பிரபல தேசியக் கட்சியின் சார்பாக வேற்று சாதியின் இளம் வேட்பாளர் ஒருவர் நிறுத்தப்பட்டார்.

"ஒரு காலத்துல நம்ம கிட்ட வரவே பயந்த பயலுக எல்லாம் இன்னைக்கு நம்மளையே எதிர்த்து நிக்கிறானுங்க. எல்லாம் நேரம்லே"

"என்ன தலைவரே நீங்க பாட்டுக்கு கெடந்து புலம்புறீங்க. ஒரு பய நம்மள தோக்கடிக்க முடியாது"

"ஏல நம்ம சாதி பயலுகள நம்ப முடியாதுல. எல்லாம் வெறுவாக்களம் கெட்ட பயலுக. கூட இருந்தே கழுத்த அறுத்திடுவானுங்க"

"அதுவும் ரைட்டு தான் தலைவரே. அவனுக சாதியில ஒருத்தன் மேல வந்தா பத்து பேரை கைத்தூக்கி விடுவான். நம்ம ஆளுக குழியில்லா தோண்டுவானுங்க"

"எவன் கொதவளையை அறுத்துன்னாலும் ஜெயிச்சிடணும் மக்கா"

"சரிங்க தலைவரே. நீங்க கெடந்து வெப்ராளப்படாதீக"

தேர்தல் வெகு விமரிசையாக நடைபெற்றது. நெல்லையப்பர் கோவில் தேரோட்டம் போல. எப்படியும் ஜெயித்திடுவோம் என்று நம்பித் தோப்புத் துரவையெல்லாம் விற்று செலவு செய்தார். கள்ள ஓட்டுகளும் தாராளமாகவே வந்து விழுந்தது. அப்படி இருந்தும் அவர் தோற்றுப் போனார். அவர் நின்ற கட்சி ஆட்சியைக் கைப்பற்றியது. அவரால்தான் முடியாமல் போனது. மாவட்டத் தலைவர் பதவியைத் தக்க வைத்துக் கொள்வதே பெரும்பாடாயிற்று.

திருமணம் முடிந்து எட்டு ஆண்டுகள் கழித்து உமையாள் பெண் பிள்ளையைப் பெற்றாள். பிள்ளை பிறந்த நேரம் திருச்சிற்றம்பலத்திற்குப் பொற்காலமாகிப் போனது. தொகுதியில் இடைத்தேர்தல் வந்தது. இம்முறை ஜெயித்துவிட்டார். ஜெயித்து இரண்டு ஆண்டுகளில் திருநெல்வேலி டவுணில் தியேட்டர், வண்ணாரப்பேட்டையில் காம்ப்ளக்ஸ், தூத்துக்குடியில் உப்பளம், ஹார்பர் சரக்கு, அரசு டெண்டர், புறம்போக்கு நில ஆக்கிரமிப்பு...... கள்ளச்சொத்து குவிந்தது. தூத்துக்குடி மாவட்டத்தை கைக்குள்

வைக்கத் தம்பி நெல்லையப்பனை பயன்படுத்திக் கொண்டார். உமையாள் இரண்டாவது பேறுகாலமாகி, மீண்டும் பெண் சிசுவை ஈன்றாள்.

திருச்சிற்றம்பலம், ஐயப்பனுக்கு மாலை அணிந்து மண்டல விரதமிருந்தார். பூஜை நடத்தி மலை செல்வதற்கான ஆயத்தம். தபசு மண்டபத்தில் பூஜை நடந்தது. இருமுடிக் கட்டி காரில் புறப்படும் நேரம். இளைய மகளைக் கண்கள் தேடியது.

“எம்மா இங்கன வா”

“என்னல”

“உமாவ எங்க காணல”

“பிள்ளைக்குப் பால் கொடுத்து கூட்டிட்டு வர, வீடு வரைப் போயிருக்கா”

நேரம் சென்றது. அவள் வரவில்லை. மருமகளைத் தேடி காந்திமதி வீட்டிற்குச் சென்றாள். வீடு திறந்து கிடக்க, அடுக்களையில் குழந்தை அழும் சத்தம் கேட்டது.

“ஏட்டீ, ஏய் உமா எங்க இருக்க பிள்ளை அழுகுது” என்று சொல்லிக்கொண்டே அடுக்களைக்குச் சென்றாள்.

மடத்தில் புறப்படுவதற்கு நேரம் ஆகிக்கொண்டே போனது. மனைவியைக் காணச் சென்ற அன்னையும் வராததால், திருச்சிற்றம்பலத்திற்கு கோபம் வந்தது.

“ஏலே ஐயா, நாம மோசம் போயிட்டோம். இப்படி நம்மள தவிக்க விட்டுட்டுப் போயிட்டாளே”

காந்திமதி குழந்தையை ஒக்கலில் வைத்துக்கொண்டு அழுதவாறே ஓடி வந்தாள்.

காலனின் ஓலை எப்படி வேண்டுமானாலும் வரலாம். எப்பொழுது வேண்டுமானாலும் வரலாம். உமையாளுக்கு நீரின் உருக் கொண்டு வந்தது. தண்ணீர் பைப்பில் கரண்ட் வர, பைப்பைத் திறக்க கை வைத்தவளை நடுவன் தூக்கிச் சென்றான்.

வீசி எறியப்பட்ட உமையாள் தலை உடைந்து இரத்த வெள்ளத்தில் கிடந்தாள்.

“பேதில போவானே. நான் அப்பவே சொன்னேன். கேட்டியா? ஊர் சொத்தை எல்லாம் கொள்ளை அடிக்காதன்னு. நீ செஞ்ச பாவம் உன் பிள்ளைகத் தலையில வந்து விடிஞ்

சிடிச்சு. எய்யா இப்பவாவது அம்மை பேச்சைக் கேளுல. கள்ள முதல்ல வாங்குனத எல்லாம் அவனுகளுக்கே திருப்பிக் கொடுத்துடு அப்பா"

"சும்மா புழு புழுங்காத"

"மகராசி அவ போய்ச்சேர்ந்துட்டா. இந்த சண்டாளன்கிட்ட கெடந்து இந்த பிள்ளைக இன்னும் என்ன பாடு படப்போகுதோ"

பொற்றாலியோடு எல்லாம் கைவிட்டுப் போனது.

இரண்டு பெண் பிள்ளைகளை தனியாளாக வளர்க்க இயலாது என, குழந்தையற்ற தன் தம்பிக்கு இளைய மகளைத் தத்துக் கொடுத்தார்.

வீட்டு முற்றத்தில் நாற்காலியில் அமர்ந்து, மதுசூதனன் கூறியதைப் பற்றி யோசித்தார். கார்ட்லெஸ் போனை எடுத்துத் தம்பிக்கு அழைத்தார்.

"நெல்லையப்பா"

"சொல்லு அண்ணா"

விஷயத்தை தெளிவாகச் சொன்னார்.

"அந்த காலேஜ்ஜா. நமக்கு தெரிஞ்ச ஆளு ஒருத்தர் இருக்காரு. அவர்கிட்டப் பேசிட்டு லைன்ல வாரேன்"

போனை எடுத்து ஏதோ நம்பரை அழுத்தினார்.

"ஹலோ தர்மராஜ் அண்ணாச்சியா"

"ஆமா நீங்க"

"நான் நெல்லையப்பன் பேசுறேன்"

"சொல்லுங்க"

"......................காலேஜ்ஜிலதான உங்க பையன் படிக்கிறான்"

"ஆமா"

"எனக்கு ஒரு உதவி. நமக்குத் தெரிஞ்ச பையன அங்க சேர்க்கணும்"

"இப்ப அட்மிஷன் முடிஞ்சு இருக்குமில்ல"

"தெரியும். அங்கப் படிக்கிற பையன் ஒருத்தனத் தூக்கிட்டு, நம்ம பயல சேர்க்கனும். நான் கட்சிய யூஸ் பண்ணி பண்ணிடுவேன். எலெக்சன் வர்ற டைம். வேற எதுவும் ப்ராப்ளம் ஆகிடக்கூடாது. உங்க குரூப் இன்ஸ்டிடியூசன் நீங்க ஈஸியா மூவ் பண்ணலாம்"

தர்மராஜ் யோசித்தார்.

“பணம் கொஞ்சம் செலவாகும்”

“பணத்தைப் பற்றி பிரச்சினை இல்ல”

“பத்து நாள்ல முடிச்சிடலாம்”

நெல்லையப்பன் ரிசீவரைக் கீழே வைத்து ஏ.சியைக் கூட்டினார். அறையின் வெளியே யாரோ நின்றுகொண்டிருந்தான். உள்ளே வருவதற்கு செய்கைக் காட்டினார்.

கதவைத் திறந்து கொண்டு உள்ளே வந்தான்

“என் பேரு திருநாவுக்கரசு. திருநெல்வேலி காலேஜ்ஜில படிக்கிறேன். உங்க பங்க்குல பார்ட் டைம் வேலை வேணும்”

“சரி சேர்த்துக்கிடுறேன். வேலையைப் பார்த்துக்கிட்டு படிப்பைக் கோட்டை விட்டுடக்கூடாது. படிப்பு ரொம்ப முக்கியம் மக்கா”

அரசுவிற்கு நெல்லையப்பன் கடவுளாய்த் தெரிந்தான்.

18

சகுந்தலாவும், திருநாவுக்கரசும் பார்க்டவுனில் இறங்கி, சப்வே வழியாக சென்ட்ரல் இரயில் நிலையம் வந்தனர். இரண்டே காலுக்கு கோவைக்குச் செல்லும் இரயில் புறப்படும். இன்னும் ஒரு மணி நேரம் இருந்தது, இரயில் புறப்படுவதற்கு. அங்கே உள்ளே கேண்டீனில் உணவை வாங்கி உண்டனர். அரசு அவனுக்கான உடைமைகளை ஒரு பையினில் வைத்துத் தோளில் சுமந்திருந்தான். சகுந்தலா தனக்குரிய உடைமைகளை பையில் வைத்து கையில் சுமந்திருந்தாள். இரயில் டிக்கெட்டை அவள் ரிசர்வ் செய்து இருந்தாள். தண்ணீர் பாட்டிலும், வார இதழ்களும் வாங்கிக் கொண்டாள். கோச் பார்த்து, சீட் நம்பர் பார்த்து ஏறி அமர்ந்தனர். அவன் ஜன்னலோர இருக்கையில் அமர்ந்து கொண்டான்.

சரியான நேரத்தில் இரயில் புறப்பட்டது. காற்று ஆளை அசத்துவது போல சிலுசிலுவென வீசியது. சற்று நேரத்தில் அவன் கண் அயர்ந்தான். தன்னை மறந்த உறக்கம். திடீரென்று யாரோ காலை மிதிக்க கண் விழித்துப் பார்த்தான்.

“சாரிங்க”

“பரவாயில்லை”

சகுந்தலாவைக் காணவில்லை. இறங்கிப் பார்த்தான். ப்ளாட்பாரத்தில் பிச்சைக்காரர்களும், உடல் வாதையுற்றவர்களும், டீ விற்பவரும், தின்பண்டங்கள் விற்பவரும், மன நோயாளிகளும், மூன்றாம் பாலினத்தவர்களும் அலைந்தனர். பயணிகள் அவசரம் அவசரமாக ஏறுவதும், இறங்குவதுமாக இருந்தனர்.

“குழலும் யாழும் குரலினில் தொனிக்க

கும்பிடும் வேளையிலே"

"டீ, காபி, டீ, காபி, டீ, காபி,"

"குழலும் யாழும் .... குரலினில் தொனிக்க
கும்பிடும் வேளையிலே"

"தக்காளி, பிரியாணி, லெமன், தயிர்சாதம்"

"இருளே நீங்க இறைவனை ஏந்தி
இன்னருள் தருவாளே"

"பானி, வாட்டர், கூல்டிரிங்க்ஸ்"

"இன்னருள் தருவாளே"

"கொய்யா பழம், கொய்யா பழம்"

"ஜெயமே தருவாள் பயமே வேண்டாம் ஜகத்தின் இராக்கினியே"

"சுண்டல், சூடான சுவையான பட்டாணி சுண்டல்"

"குழலும் யாழும் .... குரலினில் தொனிக்க
கும்பிடும் வேளையிலே"

அவன் அவளை ஒவ்வொரு கம்பார்ட்மண்டாகத் தேடினான்

"சகுந்தலா, சகுந்தலா"

இரயில் புறப்படுவதற்கான மணி ஒலித்தது. பேண்ட்ரி கார் கோச்சில் ஏறினான்.

ப்ரட் ஆம்லேட் சாப்பிட்டுக்கொண்டிருந்தவள், இவனைப் பார்த்தாள்.

"தூங்கி முழிச்சிட்டியா"

"இங்கதான் இருக்கியா. நான் உன்ன எங்க எல்லாம் தேடுறது"

"பசிச்சது. உன்னைக் கூப்பிடலாம்னு பார்த்தா நீ நல்லாத் தூங்கிட்டு இருந்த"

"கேண்டீன்ல இப்பதான சாப்பிட்டோம்"

"நான் எங்க சாப்பிட்டேன். நீ தான் சாப்பிட்ட. அது நல்லாவே இல்ல"

"சரி வா"

"இருவரும் வந்த போது, இருக்கையில் வேறு ஒரு நபர் அமர்ந்திருந்தார்"

“எக்ஸ்க்யூஸ்மி. இது எங்க சீட்”

அவர் எழுந்து கொண்டார். அரசு அவனை உற்றுப் பார்த்தான்.

“டேய் நீ சுந்தர்தானே”

“நீ திருநாவுக்கரசுதானே”

“ஆமா நீ என்ன பண்ணுற”

“பி.இ.”

“முடிச்சிட்டியா”

“இன்னும் ப்ராஜெக்ட் பைனல் வைவா மட்டும் இருக்குது. நீ என்ன பண்ணுற”

“நான் இங்க சென்னைல வொர்க் பண்ணுற”

“பி.இ. படிக்கலையா”

“வீட்டுச் சூழ்நிலை படிக்க முடியலை. நீ எந்த காலேஜ்”

“கிண்டி அண்ணா யுனிவர்சிட்டி”

“இ.சி.இ. டிபார்ட்மென்ட் தான நீயும்”

“ஆமா”

“டிப்ளமோல எவ்வளவு பெர்சண்டேஜ்”

“85%”

“அரசு யோசித்தான். நன்றாக தெரியும். இவனை, இவன் தந்தையுடன் திருஞானசம்பந்த மடத்தில் பார்த்திருக்கின்றான்”

“நீ ஓ.சி கேட்டகிரிதானே”

அக்கம் பக்கத்தில் உள்ளவர்கள் தலை தூக்கிப் பார்த்தார்கள். சுந்தர் ஒருவாறாக நெளிந்தான்

“மெதுவா பேசுல”

“சரி நீ ஓ.சி. தானே”

“வா அங்க நின்னு பேசுவோம்”

கம்பார்ட்மென்ட் உள்ளே ஏறும் வழியில் உள்ள கதவின் அருகே சென்றனர்.

“ஓ.சி.தான் சர்டிபிக்கேட்டுல பி.சி.ன்னு வாங்கிட்டேன்”

இது என்ன அயோக்கியத்தனம். அரசுவுக்கு ஆத்திரமாக வந்தது. நாடே இப்படித்தான் திருட்டுத்தனம் செய்கிறது.

“நீ ஓ.சி.ன்னு தான் வச்சிருக்கியா”

அவன் பதில் கூற விரும்பவில்லை. அவனுக்குத்தான் ஏமாளியாக நிற்பது போன்ற உணர்வு எழுந்தது.

“உனக்கு வேணும்னா ஆளப்பிடிச்சு பி.சி. இல்ல எம்.பி.சினு மாத்திடுவோமோ”

அவனுக்கு கோபம் வந்தது.

“எதுக்கு சொல்றேன்னா, நாளைக்கு கவர்மென்ட் ஜாப் ஈஸியா கிடைச்சிடும்”

“தேவையில்லை. எல்லா விதத்துலயும் கஷ்டப்படுறாங்க, பின்தங்கி இருக்காங்கன்னுதான் கவர்மென்டே அவங்களுக்கு ரிசர்வேசன் கோட்டா கொடுத்திருக்கு. அதையும் காசு இருக்குன்னு ஏமாத்திப் பிடுங்கிட்டா, அவங்க எங்கதான் போவாங்க. தெரியாமத்தான் கேட்கிறேன். இன்ஜினியரிங் முடிச்சவன் டிப்ளமோ கூட போட்டி போடுறீங்க. டிப்ளமோ முடிச்சவன் டெளலத் முடிச்சவன் கூடப் போட்டி. டென்த் கோலிப்பிக்கேஷனுக்கு உள்ள வி.ஏ.ஓ. எக்ஸாம்ல டிகிரி முடிச்சவனும், டிப்ளமோ முடிச்சவனும், போட்டி போட்டா, நீங்கதான ஜெயிப்பீங்க. டென்த் முடிச்சவன் உங்ககிட்ட தோத்துத்தான் போவான். திரும்ப, அவன் அவனுக்கும் கீழ உள்ளவன்கிட்ட மோதுவான். கடைசியில படிப்பு வராதவனும், படிக்க முடியாதவனும் என்ன பண்ணுவான். பிச்சைதான் எடுப்பான் இல்லாட்டி திருடுறதுக்கு போவான்”

“.........................”

“உன்னை மாதிரி ஆளால தான் நம்ம நாடே நாசமாப் போச்சு”

“நிறுத்துல, என்ன ஓவரா பேசுற. நீ சொல்ற மாதிரி டிகிரி முடிச்சவனும் டென்த் முடிச்சவனும் போட்டி போட்டாலும் கூட, டிகிரி முடிச்சவனால அவ்வளவு ஈஸியா எல்லாம் வி.ஏ.ஓ ஆக முடியாது. எவன் துட்டு குடுக்கிறானோ, அவன்தான் கவர்மென்ட் எம்ப்ளாய்”

பெருங்காற்று வீசியது. இரயில் பெட்டியின் கதவு காற்றில் ‘டங்’ கென்று வந்து மோதியது. மோதிய கதவை அரசு மீண்டும் திறந்து வைத்தான்.

“உனக்கு பொறாமை. நம்மளால இன்ஜினியரிங் படிக்க முடியலை இவன் படிக்கிறான்னு உனக்குக் குண்டி காந்துது”

"............................."

"என்னல பார்க்குற. தெரு முழுக்க உன் குடும்ப லட்சணம் தெரியும். பேசாமப் போ"

அவன் அங்கிருந்து நகர முற்பட்டான்.

"பொட்ட மாதிரி ஊரை விட்டு ஓடுன அப்பன், திருடி போலிஸ்கிட்ட மாட்டி தீக்குளிச்சு செத்த அம்மை"

அவன் நின்றான்.

"என்ன மொறைக்கிற?"

"தேவையில்லாம பேசாத"

"அப்படித்தான் பேசுவேன் இந்த ட்ரயின் அதிர கத்திச் சொல்லுவேன். பொட்டை மாதிரி ஊரை விட்டு ஓடுன அப்பன், திருடி போலிஸ்கிட்ட மாட்டுன அசிங்கத்துல செத்த அம்மை. மொறைச்ச மூஞ்சி மொகரையை உடைச்சிடுவேன் பேசாமப் போயிடு"

அவன் எதுவும் பேசாமல் அவ்விடம் விட்டு மௌனமாக சென்றான்.

எண்ணெய்ச் சட்டியில் இருந்து புரோட்டாவை எடுத்து எண்ணெய் வடிய வளையச் சட்டியில் போட்டார். சிறிது நேரம் கழித்து புரோட்டாவை இட, வலமாக, மேலும், கீழுமாக அடித்து அடுக்கினார். பொரித்த புரோட்டா மற்றும் சால்னாவின் வாசனை நாசியைத் துளைத்தது. ஆழ்வார் நைட் கிளப்பில் ரொட்டியை ஆர்டர் செய்து விட்டு உட்கார்ந்திருந்தான். போதை கொஞ்சம் தெளிந்து இருந்தது. இன்று எல்லாவற்றையும் தோற்றாகிவிட்டது. கையில் இருப்பது சாப்பாட்டுக்கே சரியாக போய்விடும். அன்றாடம் விளையாடும் விளையாட்டுதான். இதுவரை சிறுக சிறுக சேர்த்து வைத்திருந்த பணம் முழுவதையும் இழந்துவிட்டான். பங்க்கில் பையன்களுடன் பொழுது போக்கிற்காக விளையாட ஆரம்பித்தது. இப்பொழுது பசி, தாகம் போல் அத்தியாவசியம் ஆகிவிட்டது. விடுமுறை நாளில் தூத்துக்குடியில் பெரும்பாலும் எங்கு சீட்டு விளையாட்டு என்றாலும் போய்விடுவான். ஆனால் இரண்டோ மூன்றோ கை போட்டுவிட்டு வென்ற பணத்தை எடுத்துக்கொண்டு இடத்தை காலி செய்து விடுவான்.

சப்ளையர் ரொட்டியையும், ஈரலையும் கொண்டு வந்து

வைத்தார். வாயில் இருந்த ஹான்ஸை எடுத்துத் தூர வீசினான்.

“வேற எதாவது வேணுமா”

“காடை இருக்கா”

“இருக்கு”

“வெங்காயம், மிளகா கூடப் போட்டு நல்லா ஃப்ரைப் பண்ணி கொண்டா”

“ஆம்ப்ளேட், ஆஃபாயில்”

“கலக்கி. வெங்காயம் போடாம ப்ளெயின் கலக்கி”

ஓனரை நேற்றிலிருந்து ஆளைக் காணவில்லை. மதியம் மூன்று மணி இருக்கும். கையிலிருக்கும் பணத்தை சரி பார்த்துக்கொண்டு இருந்தான். சம்பளம் என்று பெரிதாக ஒன்றும் கொடுப்பதில்லை. தங்குவதும், தூங்குவதும் எல்லாம் பங்க் என்றாயிற்று. பணம் என்று கேட்டால் ஓனர் எதையாவது நீட்டுவார். வாங்கிக் கொண்டு பேசாமல் போய்விடுவான். ஓனரைத் தவிர எவரும் அவனை எதுவும் கேட்பதில்லை. பங்க்கில் எல்லா வேலையையும் கற்றுக் கொண்டான். பம்ப் பிடிப்பது, லோடு இறக்குவது, அளவு பார்ப்பது என சகலமும் அத்துப்படி. சில சமயங்களில் பங்க் லெட்டினையும் கழுவுவான். வேலை என்று வந்து விட்டால் சம்பந்தம் மானமோ, கௌரவமோ பார்ப்பதில்லை. ஓனர் வீட்டு வேலைக்கும் இவனைத்தான் அழைப்பார், சுயசாதி என்பதனால். கையில் இருந்த பணத்தை பேண்ட் பாக்கெட்டில் வைத்துக்கொண்டு பல்க் வண்டியை எடுத்துக்கொண்டு சென்றான்.

வழி நெடுக பார்த்துக்கொண்டே வண்டியை ஓட்டிச் சென்றான். வழக்கமாக சீட்டு விளையாடும் இடங்களுக்கு எல்லாம் சென்றான். காய்கறி மார்க்கெட் பின்புறம், கே.எஸ்.பி.எஸ். தியேட்டர் அருகே உள்ள முடங்கு, பால்சன் ஹோட்டல் அருகில், கார்னேசன் மார்க்கெட். பேசாமல் பங்கிற்கே சென்று விடலாம் என யோசித்தான். கடற்கரைக்குச் சென்று பார்த்தால் என்ன என்று தோன்றியது. பள்ளிவாசல் வழியே மெயின் பஜாரில் சென்றால் போலிஸ் பிடிக்கக்கூடும். பின் அவனுக்குத் தண்டம் அழ வேண்டும். பாலகிருஷ்ணா தியேட்டர் வழியாக 1ஆம் கேட் சென்று, பேட்ரிக்ஸ் சர்ச்சைக் கடந்து மட்டக்கடையில் நுழைய வண்டி ஆஃப் ஆனது.“கண்டாரஓளி வண்டி” எனத் திட்டினான். வண்டியை ஆன் செய்து பார்த்தான். வண்டி ஸ்டார்ட் ஆகவில்லை.

தலையைத் தூக்கிப் பார்க்க, நகைக்கடை இருந்தது. அம்மா தாலிச் செயினை அடகு வைத்த அதே கடை. வண்டியை ஓரமாக நிறுத்திவிட்டு கடைக்குள் சென்றான்.

“வாங்க என்ன பார்க்குறீங்க”

“ரெண்டு வருசத்துக்கு முன்னாடி அடகு வச்ச செயினை மீட்கணும்”

“ரசீது இருக்கா”

“ரசீதுலாம் இல்ல, ஆனா தேதி, மாசம் தெரியும்”

“ரசீது இல்லாம ஒன்னும் பண்ண முடியாது”

சம்பந்தம் அக்கம் பக்கம் திரும்பிப் பார்த்துவிட்டு, அவனருகே சென்றான்.

“கொஞ்சம் கீழப்பாருங்க”

சட்டையைத் தூக்கி இடுப்பில் சொருகி இருந்த கத்தியைக் காட்டினான்.

“ஏய் என்ன...”

“சத்தம் போட்ட சங்கை அறுத்திருவேன்”

“உங்களுக்கு இப்ப என்ன வேணும்”

அவன் தேதி, மாதம், வருடத்தை மற்றும் நேரத்தை அச்சுப்பிசகாமல் சொன்னான்.

எப்படி மறக்க முடியும் அந்த நாளை?

பள்ளிக்கூடம் போகாமல் அவன் வீட்டில் இருக்கையில், வேலை விட்டு அழுது கொண்டே வந்த அம்மா காம்பவுண்டில் ஒவ்வொரு வீடாகச் சென்று பணம் கேட்டாள். ஒருவரும் பணம் தரவில்லை. பக்கத்து வீட்டுச் செல்லம்மா அம்மாவிடம், ‘நான் ஒரு யோசனை சொல்லட்டுமா’ என்றாள்.

“என்னக்கா”

“பேசாமத் தாலிச் செயினை அடகு வச்சிரு”

“தாலிச் செயினையா”

“காணாமத் தாலி கழுத்துல எவ்வளவு நாள் தொங்கும். உன் புருசன் இருக்கானோ, இல்லை செத்துட்டானோ”

“அக்கா”

“கோபப்படாத. எனக்கு எதுக்கு வம்பு”

சம்பந்தம் எல்லாவற்றையும் பார்த்துக்கொண்டே படுத்திருந்தான்.

அறம் வளர்த்தாள் அழுதுகொண்டே சங்கிலியைக் கழற்றி அடகு வைத்தாள். மஞ்சள் கயிற்றை அவன் கண் முன்னே கட்டிக் கொண்டாள்.

"அசலும் வட்டியுமாக 65,000 நிக்குது"

அவன் கையில் மொத்தமாக 17,900 ரூபாய் இருந்தது.

"இப்ப எவ்வளவு துட்டு கொடுத்தா அதத் தருவ"

"ஒரு 60,000"

சம்பந்தம் கத்தியைப் பார்த்தான்

"30,000 குடுத்துட்டு கொண்டுட்டுப் போங்க"

அவன் வண்டியைப் போராடி ஸ்டார்ட் செய்து கடற்கரைக்குச் சென்றான். அவன் எதிர்பார்த்தது போல் ரோச் பீச்சில் மண்டிக் கிடந்த புதரின் அருகில் சீட்டு விளையாடிக் கொண்டு இருந்தனர்.

"நானும் ஒரு கை போடலாமா"

விளையாடிக் கொண்டிருந்தவர்கள் அவனைப் பார்த்தனர். அதில் ஒருவன் மற்றொருவனைப் பார்த்துக் கேட்டான்.

"என்ன மாப்ள சேர்த்துக்கிடலாமா"

"கை குறையத்தான் செய்யுது சேர்த்துக்கிடலாம். தம்பி, ஆட்டைக்கு 5000 ரூவா"

"சரி அண்ணன்"

"இந்தா கலைச்சுப் போடு. தம்பி, நீ வெட்டு"

முதல் இரண்டு ஆட்டத்தில் சம்பந்தம் ஜெயித்தான். பின்னர் காற்று திசை மாறி வீசியது. தொடர்ந்து தோற்றுப்போக, முழித்தான்.

"சரி. தம்பி கௌம்பு"

"எண்ணேன் 2900ரூவா இருக்குது. இத வச்சு ஒரு ஆட்டை போடு"

"அதெல்லாம் செல்லாது. நீ முதல்ல இடத்தை காலி பண்ணு"

"ப்ளீஸ் அண்ணன்"

"ஏல ப்ளீஸ்சும் இல்ல க்ளீஸ்சும் இல்ல. பேசாம கிளம்பு"

சம்பந்தம் இடுப்பிலிருந்தக் கத்தியை எடுத்தான்.

"ஏல, என்ன சாமானத் தூக்குற. சொட்ட எலும்பை முறிச்சிறுவேன்"

நால்வரும் எழுந்தனர்.

"விடுடே சின்னப் பயகிட்டப் போயி, ராத்திரிக்கு வா தம்பி விடிய, விடிய விளையாடலாம். அதுல காட்டு உன் வீரத்தை. ஆட்டைக்கு அம்தாயிரம்"

நேராக சென்று சரக்கு அடித்தான். போதை ஏறவே இல்லை.

"தாயோளிங்க டுப்ளிகேட் சரக்கப் போட்டு யாவாரம் பண்ணுதானுங்க" புரோட்டா தின்பதற்கு கடைக்கு வந்தான்.

"யாருல அங்க... ஒறப்பு சால்னா ஊத்து"

சப்ளையர் வந்து ஒறப்பு சால்னாவை ஊற்றினார். மீண்டும் ரொட்டி வாங்கி உண்டான்.

"கொஞ்சம் தூள்ரொட்டி கொண்டா"

"........................."

"ஹாப்பாயில் ஒன்னு"

வயிறு முட்ட புரோட்டாவைத் தின்றான். பெட்ரோல் பங்கிற்கு வந்து, மூஞ்சைக் கழுவினான்.

"ஏலே ஐயப்பா, இங்கன பக்கத்து பழக்கடையில போயி போஞ்சு வாங்கிட்டு வா"

சோடா குடிக்க சிறிது நேரத்தில் போதை கொஞ்சம் தெளிந்தது. சேர்த்தப் பணம் போனதை விடத் தாலியை மீட்க முடியவில்லை என அவனுக்கு அங்கலாய்ப்பாக இருந்தது. பில் போடும் இடத்துக்குச் சென்றான். முத்து பில்லிங் சீட்டில் இருந்தான்.

"வாங்க அண்ணன்"

"என்னல ஒரு மாதிரி இருக்க, சரக்கா"

"அது எல்லாம் ஒன்னுமில்லை"

"அந்த கலெக்ஷன் நோட்டை எடு"

அவன் நோட்டை வாங்கி ஃபர்ஸ்ட் ஷிப்ட் கலெக்ஷனைப் பார்த்தான். இரண்டு நாளாக ஓனர் வராததால், கலெக்ஷன் பணம் மொத்தமும் உள்ளே லாக்கரில்தான் இருக்கும். சம்பந்தம் கணக்குப் போட்டான்.

"சம்பந்தம் அண்ணன் கொஞ்ச நேரம் உட்கார்ந்து பில்லைப் போடு. நான் சாப்பிட்டுவிட்டு வந்துடுறேன்"

லாக்கர் சாவியைத் தேடினான். சாவியை முத்து கொண்டு போயிருந்தான். அவன் உள்ளறைக்குச் சென்று லாக்கரைப் பார்த்தான். பழைய காலத்து இரும்புப் பெட்டி. அன்று அவன் ரூமை தூத்துக் கொண்டிருக்கையில் ஓனர் 'இது வேற ஒழுங்காய்ப் பூட்டித் தொலைக்காது' என்று சொன்னது நினைவுக்கு வந்தது.

அவன் லாக்கரின் தலையில் கைவைத்து, இன்னொரு கையால் கைப்பிடியை ஓங்கித் தட்டினான். லாக்கர் திறந்து கொண்டது. பத்து, இருபது, ஐம்பது, நூறு, ஐந்நூறு என ரூபாய்க் கட்டுக்கள் இருந்தன. ஐந்நூறு ரூபாய் கட்டு ஒன்றை எடுத்து பனியனுக்குள் வைத்துக் கொண்டு லாக்கரைச் சாத்தினான். அரவம் இல்லாமல் வந்து சீட்டில் உட்கார, முத்து வந்தான்.

"ரொம்ப தேங்க்ஸ் அண்ணன்"

"இருக்கட்டும். சாப்பிட்டாச்சா"

"நல்லா வயிறு நிறைய சாப்பிட்டாச்சு"

சம்பந்தம் பலவாறாக யோசித்தான். பெட்ரோல் பங்க் உடையை கழற்றி வேறு உடையை மாற்றிக் கொண்டான். ஒரு ஆட்டையில் வென்று விட்டால் ஒரு லட்சம் வந்து விடும் ஐம்பதாயிரத்தை நாம் வைத்துக்கொண்டு மீதி ஐம்பதாயிரத்தை எடுத்த இடத்தில் வைத்து விடலாம். பணத்தையும் கத்தியையும் பையினுள் வைத்துக் கொண்டு சீட்டு விளையாடப் புறப்பட்டான்.

கோமதிராஜன்

19

"அல்லாதனவும் ஆவனவும்................
ஆஆ........ஆ........ஆ.......ஆ.........ஆ......
அல்லாதனவும் ஆவனவும் தெரிந்த
அல்லாதனவும் ஆவனவும் தெரிந்த
நல்லோர் மனதினில் நாடும்
அன்பானவோர் வினை முடிவ
தெல்லாம் இன்ப மயம்

குழுமியிருந்த கூட்டம் அந்தக் குரலின் இனிமையிலும், பாடும் பாவத்திலும் மூழ்கி இருந்தது.

மலரின் மணந்தனிலே
வயலின் பயிர்தனிலே
மனையாள் பணிதனிலே
நிலவின் ஒளியாலும்
குழலின் இசையாலும்
நீலக்கடல் வீசும் அலையாலுமே
கலைஞன் சிலையிலும்
கவிதைப் பொருளிலும்
கான மாமயிலின் ஆடல் அறுசுவையில்
தெல்லாம் இன்பமயம்.............

சங்கீதம் அறிந்தவர்கள் அவள் சாரிரத்தில் தங்களை மறந்து இலயித்து இருந்தனர்.

கரிஸமநிதபமபதநி .... இன்பமயம்

நிரிஸநி தபமபகரி............... இன்பமயம்
ரிகரிஸநி தநிரிஸ நிதபதா
மபகரி .... இன்பமயம்
நிநிஸநி தநிபப தமபரிக
மதநிஸரி .... இன்பமயம்
தநிசரிதநிரிநிதநி மதகசரிக
மபதநி............... இன்பமயம்
....
....
....,"

சகுந்தலா பாடிக்கொண்டே இருந்தாள். அவளது குரலில் அந்தப் பாடலைக் கேட்க அரசுவிற்கு மனது கரைந்து ஓடியது. உயிர் உருகி நிலை குலைந்தது. அது ஒரு சயனம். ஆனந்த சயனம். மீண்டும் எழ விரும்பாத, எழ இயலாத ஆழ்ந்த சயனத்தில் நுழைந்ததைப் போன்ற ஒரு நிலை. உணர்வுகள் அனைத்துமற்ற உணர்வு. அவள் குரலில் இசைந்து உயிரைக் கையில் அள்ளிப் பருகும் நிலையில் மயங்கிக் கிடந்தான். அள்ளி அள்ளிப் பருகியும் தாகம் தணியாது நீரினுள்ளே மூழ்கிப் போய், நீர் சுவைத்து மகிழ தன் உயிரை அதற்கு ஒப்புவிக்கும் உன்மத்தம் பிடித்த மனோலயத்தில் சிக்கித் தவித்தான். அவள் பாடி முடித்துச் சிறிது நேரம் சென்றே எல்லோரும் தன்னிலைக்குத் திரும்பினர். அவனுக்கு மனம் லேசாகிப் போனது. இது போன்றதொரு நிலையை அவன் இதுவரை உணரவேயில்லை.

அவள் மேடையில் இருந்து இறங்கி வந்தாள். ஜரிகை வைத்தப் பட்டுச்சேலையில் மின்னலாய் ஜொலித்தாள். அரசுவின் அருகே வந்துகொண்டிருந்தவளைக் கூட்டம் மொய்த்தது. எல்லோரும் அவளுக்கு வாழ்த்துத் தெரிவித்தனர். எல்லாவற்றையும் கடந்து அவள், அவனிடம் வந்து சேர்ந்தாள்.

"உனக்கு மியூசிக் தெரியுமா?"

"ஏதோ கொஞ்சம் தெரியும்"

"சூப்பரா பாடுன. எனக்குத்தான் எதுவும் புரியல. ஆனா உன் குரலைக் கேட்டுக்கிட்டே இருக்கலாம்னு தோணுது"

"அப்படியா"

“ஆமா”

“சரி, வா போய் சாப்பிடலாம்”

“மணி ஒன்பதுதான் ஆகுது”

“லூசு. சாப்பிட்டுட்டு, நீ ரூமுக்கு போகணும்முல”

“மறந்தே போயிட்டேன்”

“மார்னிங் ட்ரயின் 6.15 மணிக்குத் தெரியும்முல”

“தெரியும்”

“5.15 மணிக்கு எல்லாம் என்னைக் கூப்பிட வந்திடு”

“சரி”

“முதல்ல வா சாப்பிடலாம்”

இருவரும் சேர்ந்து சாப்பிட்டனர். அவனுக்கு வயிற்றில் பசியே இல்லை. அவளுக்கு வயிற்றிலும் பசி இருந்தது. உணவு உண்டுவிட்டு, ஆசிரமத்தின் முன்னறைக்கு வந்தனர்.

“நீ இரு. நான் போய் மேடத்தை பார்த்துட்டு வந்துடுறேன்”

அவள், அவனை வெளியே நிறுத்திவிட்டுச் சென்றாள்.

“வாம்மா சகுந்தலா. எப்பவும் போல சூப்பரா பாடுனியாமே. நியூஸ் வந்தது”

“நீங்க ஏன் வரலீங்க மேடம்”

“எங்கம்மா. நிறைய வி.ஐ.பி வந்து இருக்காங்க. டொனேஷன் எதுவும் தருவாங்க. நான் வந்துட்டா இன்னொரு நாள் பார்ப்போம்னு போய்டுவாங்க”

“அதுவும் கரெக்ட்டுதான்”

“ஏதோ ஒரு பையன் உன் கூட வந்திருக்கிறானாம்”

அவள் சிரித்தாள்.

“யாரு”

“நான் அவரைத்தான் மேரேஜ் பண்ணிக்கப் போறேன் மேடம்”

“கதை அப்படிப் போகுதோ”

“நாளைக்கு மார்னிங் 6’ஓ க்ளாக் ட்ரயின், அதனால இன்னைக்கு நைட் ஹோம்ல ஸ்டே பண்ணல மேடம்”

“வேற எங்க ஸ்டே பண்ணப் போற”

“ரெயில்வே ஸ்டேஷன் பக்கத்துல ரூம் புக் பண்ணியிருக்காரு”

"யுவர் விஷ். நீ ஒன்னும் இன்னும் சின்னப் பொண்ணு கிடையாது. மேலும் நீ இப்ப ஹோம்ல இல்ல"

"தேங்க் யூ மேடம்

"அந்தப் பையனைக் கூப்பிடு. நான் பார்க்கணும்"

"ஒரு நிமிஷம் மேடம்"

வெளியே சென்று அவனை அழைத்து வந்தாள்.

"உட்காருங்க. உங்க பேரு"

"திருநாவுக்கரசு"

"பேரண்ட்ஸ் என்ன பண்றாங்க"

"மேடம், அவரும் என்னைப் போலத்தான் அப்பா, அம்மா இல்லை"

"ஓ. ஐ அம் சாரி"

"இட்ஸ் ஓ.கே மேம்"

"சகுந்தலா ரொம்ப நல்லப் பொண்ணு. சின்ன வயசுல இருந்து நிறைய கஷ்டப்பட்டுட்டா. நீங்கதான் அவளை நல்லாப் பாத்துக்கணும்"

"........................"

"ஓ.கே போயிட்டு வாங்க"

"தேங்க் யூ மேடம்

இருவரும் அங்கிருந்து புறப்பட்டனர். வெளியே வந்த அரசு அவளைப் பார்த்தான்.

"என்ன"

"காலையில அஞ்சு மணிக்கு ஆட்டோ கிடைக்கும்ல. திரும்ப அது வேற ரிஸ்க் ஆகிடப் போவுது"

"ஒரு நிமிஷம் இரு வந்துடுறேன்"

அவன் அங்கிருந்த புகைப்படங்களையும், ஷீல்டுகளையும் பார்த்துக்கொண்டு நின்றான். அவள் கையில் பையுடன் வந்தாள்.

"போவோமா"

"நீயும் கூட வாறீயா"

"ம்"

"உங்க மேடம் ஏதாவது சொல்லப் போறாங்க"

"நான் சொல்லிட்டேன். வா போகலாம்"

அவளது சுமையை அவன் வாங்கிக்கொண்டான். இருவரும் கை கோர்த்துக்கொண்டு நடந்தனர். வானம் சிறு தூறல் போட்டது.

"சகுந்தலா"

"ம்"

"ஏய்"

"ம்"

"உன்னைத் தான்"

"என்ன சொல்லு"

"ஏதாவது பாட்டு படியேன்"

"போ லூசு"

"ஏன் ஸ்டேஜ்ஜுல தான் பாடுவியா"

"ஆமா"

ஈச்சனாரி கோவிலைக் கடந்து சென்று கொண்டிருக்கையில், சட சடவென்று மழை வேகம் பிடித்தது. கணப் பொழுதில் வானம் பெரும் மழைப் பொழியத் தொடங்கியது. அவளை இழுத்துக் கொண்டு அருகில் இருந்த மரத்தடியில் ஒதுங்கினான். அவள் மரத்தடியில் இருந்து விலகி வந்து மழையில் நனைந்தாள்.

"ஏய் சளிப் பிடிக்கப் போகுது"

"பிடிச்சா பிடிக்கட்டும்"

அவளை இழுக்க முற்பட்டு மரத்தடியில் இருந்து வந்த அவனும் முழுக்க நனைந்து போனான். அவளைக் கைப்பிடித்து இழுத்துக் கொண்டிருக்கையில், ஆட்டோ வந்து நின்றது.

"எங்கங்க போகணும்"

"ரயில்வே ஸ்டேஷன்"

"ஏறுங்க"

ஆட்டோவில் ஏறி அமர்ந்தனர். மழையில் நனைந்த இருவருக்கும் குளிரில் உடல் நடுங்கியது. அவர்கள் ஒருவருக்கொருவர் பேசிக் கொள்ளவில்லை. மழையில் ஒன்றும் தெரியவில்லை. தூவானம் தெறிக்க, திரையை இழுத்துவிட்டு அவனருகில் நகர்ந்து அமர்ந்தாள். ஆட்டோ இரயில்வே ஸ்டேஷன் வந்தடைந்தது. ஆட்டோவிற்கு பணத்தைக் கொடுத்துவிட்டு, எதிரில் இருந்த லாட்ஜுக்கு சென்றனர். முன் அறையில் எவரையும் காணவில்லை. அவளை அழைத்துக்கொண்டு முதல்

தளத்தில் உள்ள அறைக்குச் சென்றான்.

அறையின் கதவைத் திறந்த போது, காலையில் துவைத்துப் போட்டு இன்னும் காயாத ஆடைகளின் புழுங்கல் வாடை அறை முழுவதும் வீசியது. அவன் ஜன்னலைத் திறந்து வெளியே பார்த்த போது, நிலத்தினைக் கூடிக் கொண்டிருந்தது வானம். அல்லிப்பூ கலவி வேண்டி சூழ்ந்த கூதையைக் கண்டு, தன் பூவிதழ் விரித்தது. மோகங் கொண்டு கனன்று தகித்தது சந்திரன். சகுந்தலா கொண்டு வந்த பையில் இருந்து மாற்று உடையையும், துண்டையும் எடுத்துக் கொண்டிருந்தாள். அவன் அறைக் கதவைத் தாழிட்டுவிட்டு, பாத்ரூம் போக முற்பட்டவளை வழிமறித்தான். அவளுக்கு மனது புழுக்கமாக மாறியது. குளிர் நீங்கி உடல் வியர்த்தது.

உருண்டு, திரண்டு, விறைத்து நின்ற வானின் கார்முகில் தனது இறுதி ஆலியை நிலத்துள் சிதறியது. நிலம் மலிந்தது.

நறுமலரும், பனிமாருதமும் முயங்கிக் கிடந்தது.

திருநாவுக்கரசின் செல்போன் சிணுங்கியது. அசதியில் கண்ணயர்ந்த இருவரையும் செல்போன் ஓசை எழுப்பியது. அவன் எழுந்து செல்போனை எடுத்துப் பேசினான்.

“ஹலோ”

“...........”

“சொல்லுங்க”

“............”

“என்ன விசயம், எதுவும் பிரச்சினையா”

“.............”

“நான் ஒரு வேலை விசயமா கோயம்புத்தூர் வரைக்கும் வந்திருக்கேன்”

“.............”

“அவன் பக்கத்துல இருக்கானா. இருந்தா போனை அவன்கிட்ட கொடுங்களேன்”

“.............”

“அப்ப எதுக்கு உடனே கிளம்பி வரச் சொல்றாரு”

“.............”

"போனை அவர்கிட்ட கொடு"

அவள் ஆடையை எடுத்து உடுத்தினாள். சிதறிக் கிடந்த ஆடைகளை எல்லாம் எடுத்து சரி செய்தாள். விடிவிளக்கின் வெளிச்சம் போதவில்லை.

"சரி நான் வாரேன்"

"............"

"போனை வச்சிரட்டுமா"

சகுந்தலா விளக்கைப் போட்டாள். அரசுவிற்கு கண்கூசியது.

"என்னாச்சு, எதுவும் ப்ராப்ளமா?"

"தெரியல. பங்க் ஓனர் நெல்லையப்பன் போன் பண்ணாரு. உடனே கிளம்பி ஊருக்கு வா, அப்டிங்காரு"

"எதுக்காம்"

"தெரியலையே. சொல்ல மாட்டேங்கிறாரு. இவன் எதுவும் திருதாளம் பண்ணித் தொலைச்சானான்னு தெரியலை"

அவள் அவனது வெற்றுடம்பில் தன் கைவிரல்களால் கோலம் போட்டாள்.

"இப்போ போகணுமா"

"போயித்தானே ஆகனும்"

"போயிட்டு எப்ப வருவ"

"தெரியல"

"........................."

"எப்படியும் ரெண்டு நாள்ல வந்துருவேன். இங்கே இருந்து தூத்துக்குடி போற ரூட்டுத் தெரியுமா"

"தெரியாது"

அவன் செல்போனில் மணியைப் பார்த்தான். மணி 4.45 ஆகியிருந்தது.

"நீ எழுந்து ரெடியாகு. நான் கீழே போய் ஊருக்கு ரூட் விசாரிச்சிட்டு வந்துடுறேன்"

அவள் ஈர உடைகளை பாலித்தீன் கவரில் வைத்துப் பையினுள் திணித்தாள். பாத்ரூம் சென்று, பல் துலக்கி, முகம் கழுவினாள். சுடிதார் எடுத்து, ஆடையை மாற்றினாள். உடம்பில் ஆங்காங்கே கண்ணியிருந்ததைப் பார்த்து வெட்கிச்

சிவந்தாள். லூசு என்று சொல்லிக்கொண்டே தண்ணீரை அள்ளி கண்ணாடியில் தெளித்தாள். பாத்ரூமை விட்டு வந்தபோது, அரசு எல்லாவற்றையும் சரி செய்திருந்தான்.

"ரூட்டு விசாரிச்சிட்டியா"

"விசாரிச்சிட்டேன். மதுரை போய்தான் ஊருக்குப் போகணும். சிங்காநல்லூர்ல போயி மதுரை பஸ் பிடிக்கனும்"

"எவ்ளோ நேரம் ட்ராவல்"

"எப்படியும் 8 டு 9 ஹவர்ஸ் ஆகும்னு நினைக்கிறேன். நீ ரெடியா? போகலாமா?"

"நான் ரெடி. சுடிதார் எப்படி இருக்கு"

"வா போகலாம்"

அவன் ஏதும் சொல்லாதது, அவளுக்கு ஏமாற்றமாய் இருந்தது. ரூமை செக் அவுட் செய்து மீதிப் பணத்தை வாங்கிவிட்டு வந்தனர். இரயில் நிலையம் சென்று ப்ளாட்பாரத்தைக் கண்டுபிடித்து செல்ல, இரயில் ஏற்கனவே வந்து நின்றுகொண்டிருந்தது.

"எந்த கோச்சுன்னு பாரு"

அவள் டிக்கெட்டை எடுத்து பார்த்தாள்

"டி5, 72"

"........................."

"இந்தா இருக்கு. ஏறி உட்காரு"

இரயிலில் கூட்டமே இல்லை. கம்பார்ட்மென்டில் யாருமே இல்லை, அவளைத் தவிர.

"பார்த்து பத்திரமா போ"

"நீ சேஃபா போ. ஊருக்குப் போயிட்டு நைட்டு ஹாஸ்டலுக்கு போன் பண்ணு"

"சரி"

அவன் செல்வதையே பார்த்துக் கொண்டிருந்தாள். யாருமற்று மீண்டும் தனிமையில் துஞ்சுவதுப் போல மனம் உழன்றது. வாய் மட்டும் தன்னிச்சையாக "கண்ட நாள் முதலாய் காதல் பெருகுதடி" என்று முணு முணுத்தது.

20

இரண்டரை ஆண்டுகளில் தூத்துக்குடியில் எல்லாமே மாறியிருந்தது. மூன்றாம் கேட்டில் மேம்பாலம் கட்டுவதற்கான பணிகள் மும்முரமாக நடந்து கொண்டிருந்தது. திருநாவுக்கரசுக்கு தூத்துக்குடியில் மேம்பாலமா? என ஒரே ஆச்சர்யம். புது பஸ் ஸ்டடாண்டில் இறங்கி அங்கிருந்து மினி பஸ் பிடித்து பழைய பேருந்து நிலையத்திற்கு வந்தான். வயிறு பசித்தது. காலையில் சிங்காநல்லூரில் குடித்த கடுங்காப்பி. மதுரை ஆரப்பாளையத்திலோ, மாட்டுத் தாவணியிலோ உண்பதற்குத் தோதுப்படவில்லை. எல்லா இடத்திலும் பேருந்து தயார் நிலையில் தான் இருந்தது. அப்படி இருந்தும், வந்து சேருவதற்கு மூன்றரை மணி ஆகி விட்டது. பழைய பஸ் ஸ்டாண்டில் உளுந்த வடை தின்று கடுங்காப்பிக் குடித்தான். மில்லர்புரத்திற்கு செல்வதற்கான பேருந்து இன்னும் வரவில்லை. பேருந்திற்கு காத்திருக்கப் பொறுமையில்லை. சம்பந்தம் என்ன செய்து தொலைத்தான் என்றுத் தெரியவில்லை. பணம் எதுவும் திருடியிருப்பானோ? ஏதேனும் சண்டை சச்சரவா? அல்லது காதல் தகராறா? உடனடியாகக் கிளம்பி வரும் அளவிற்கு என்னப் பிரச்சினை? தெரியவில்லை. மனம் பலவாறாக சிந்தித்துக் குழம்பியது. ஆட்டோ பிடித்து பங்கிற்கு வந்தான்.

பங்கில் வேலை ஆட்கள் அனைவரும் மாறியிருந்தார்கள். எவருக்கும் அரசுவைத் தெரியவில்லை. அவன் ஓனரின் அறைக்குச் சென்றான். தோளில் பணப்பையுடன் ஒருவன் வந்தான்.

“யார் சார் வேணும்”

“ஓனர் இல்லையா”

“அவரு ரெண்டு நாளா பங்க் பக்கமே வரலை. அவசரம்னா வீட்டுலப் போயிப் பாருங்க”

அரசு சம்பந்தத்தைத் தேடினான்.

“இங்க சம்பந்தம்னு ஒரு பையன் வேலைப் பார்த்தானே”

“அவரும் ஓனர் வீட்டுலதான் இருப்பார்னு நெனக்கேன்”

“ஓனர் வீடு எங்க இருக்குது”

“டுவிபுரம்”

“உனக்கு வீடு தெரியுமா? துணைக்கு வர முடியுமா?”

“டுட்டி நேரத்துல வெளிய சுத்துறன்னு ஓனர் ஏசுவாரு அண்ணன்”

அவன் பேசிக்கொண்டிருக்கையிலே, அரசுவின் போன் ஒலித்தது.

“ஹலோ”

“திருநாவுக்கரசு, எங்கன வந்துக்கிட்டு இருக்க”

“நான் வந்துட்டேன். இங்கன நம்ம பங்க்குலதான் நிக்குறேன்”

“வந்துட்டியா, எனக்குப் போன் பண்ணியிருக்கலாம்ல. அங்க ஐயப்பன்னு ஒரு பையன் இருப்பான். அவன் கிட்ட போனைக் கொடு”

“ஐயப்பன் யாரு”

“நான்தான்” என்றான், இதுவரையில் பேசிக்கொண்டு இருந்தவன்.

செல்போனை வாங்கிப் பேசினான். எல்லாவற்றிற்கும் சரி என்று பதில் கூறினான். இருசக்கர வாகனத்தில் அரசுவை ஏற்றிக் கொண்டு ஓனர் வீட்டுக்குச் சென்றான்.

“நீங்க யாரு”

“சம்பந்தத்தோட அண்ணன்”

“அப்படியா”

“எதுவும் பிரச்சினையா”

“ஒன்னும் சரிவரத் தெரியல. ஓனர் மக ஊரவிட்டு ஓடிட்டுதுன்னு ஒரு பேச்சு. உண்மையா, பொய்யான்னு கூடத் தெரியல”

இந்த சம்பந்தம் ஓனர் மகளை இழுத்துக்கொண்டு

ஓடிவிட்டானா? அப்படி இருந்தால் அவன் பேசியிருக்க முடியாது. அல்லவா?"

"ஓடிப்போன மகளை ஆளும், பேருமா, போயித் தேடுனாங்க"

அவன் பேசி முடிப்பதற்குள்ளாகவே ஓனர் வீடு வந்திருந்தது. அரசு வண்டியில் இருந்து இறங்கினான்.

"நான் வாரேன்"

ஐயப்பன் வண்டியை எடுத்துக் கொண்டு சிட்டாய்ப் பறந்தான்.

வாசலில் அரசுவைப் பார்த்த நெல்லையப்பன், வந்து வீட்டிற்குள் அழைத்துச் சென்றார். பெரிய பங்களாபோல் இருந்தது வீடு. சம்பந்தம் வேட்டி, சட்டையில் உட்கார்ந்திருந்தான்.

"வா அண்ணன் எப்படியிருக்க"

அரசு ஒன்றும் சொல்லாது, அவனைப் பார்த்துக்கொண்டே சோஃபாவில் அமர்ந்தான்.

"காபியா, டீயா" என்றார் நெல்லையப்பன், அரசுவைப் பார்த்து.

"இல்ல, இருக்கட்டும். என்ன விசயம். உடனே கிளம்பி வரச் சொன்னீங்க"

"கொஞ்சம் மேல வாயேன். தனியா பேசுவோம்"

சம்பந்தமும் உடன் வர எத்தனிக்க, 'நீ இரு சம்பந்தம். நான் பேசிட்டு வந்ததுக்கு அப்புறம், நீ போய் பேசு' என்றார்.

நெல்லையப்பன் மொட்டை மாடியில் நின்று திருநாவுக்கரசு கையைப் பிடித்துக்கொண்டு அழுதார்.

"என் மக இப்படிச் செய்வான்னு நான் கனவுலயும் எதிர்பார்க்கல"

"........................."

"ஒரு பையன இழுத்துட்டு ஓடிட்டா, ஒரு வாரமா வலை வீசித் தேடிப்பிடிச்சோம். அந்தப் பயல அடிச்சு விரட்டிட்டோம். என்னோட குடும்ப கௌரவமும், மானமும் போயிடுமோன்னு யோசிக்கையிலதான் உன் தம்பி சம்பந்தம் ...."

அரசுவுக்கு லேசாக விஷயம் புரிந்தது.

"என்ன அண்ணன் விளையாடுறீங்களா. அவன் சின்னப் பையன் உங்க கௌரவத்துக்கும், மானத்துக்கும் என்னோட தம்பி வாழ்க்கைதான் கிடைச்சுதா"

“ஏன் அண்ணன் கத்துற”

படிக்கட்டில் இருந்து சம்பந்தம் சத்தம் கொடுத்தான்.

“நீ பேசாத சம்பந்தம். உனக்கு ஒன்னும் தெரியாது”

“மாமா, நீங்க கீழப் போங்க. நான் அண்ணன் கூடப் பேசிட்டு வாரேன்”

நெல்லையப்பன் கீழிறங்கிப் போவதையே பார்த்துக் கொண்டிருந்தான் அரசு.

“சம்பந்தம் முட்டாப் பய மாதிரி எதுவும் முடிவு எடுக்காத. நான் உன்னைக் கல்யாணம் பண்ண விட மாட்டேன்”

“கல்யாணம் முந்தா நேத்தே முடிஞ்சிடுச்சு”

“எல என்ன சொல்லுத”

“ நெசமாதான்”

“உனக்கு என்ன கோட்டிப் பிடிச்சிருக்கால”

“நீ படிச்சிருக்க. எப்படியும் காலத்தை ஓட்டிருவ. தெலகம் எப்படியும் படிச்சு டாக்டர் ஆகிடுவா. நான் பத்துக் கூடத் தாண்டல. படிப்பும் வரல. ஆயுசுக்கும் பம்ப்பு பிடிச்சே சாக சொல்லுதியா. இவருக்கு ஒரே மக. பூரா சொத்தும் எனக்குத்தான் வரும். ஆளுங்கட்சியில வேற இவருக்கும், இவுக அண்ணாச்சிக்கும் பவரு இருக்கு. நாளை பின்ன நான் தேர்தல்ல நின்னு ஜெயிக்கலாம்”.

“தப்பு சம்பந்தம். உழைச்ச காசே நம்ம குடும்பத்துக்கு ஒட்டல”.

“நீ பேசாம கெட. ரைட்டு, தப்புன்னு எதாவது புலம்பித் தள்ளுவ. எனக்குப் பிடிச்சிருக்கு, நான் செய்யுறேன். உனக்குத் தகவல்தான் சொல்லச் சொன்னேன். அவருதான் உன்னை வரச் சொல்லணும், அதான் முறைன்னு சொன்னாரு”.

“........................”

“வேற வழியில்ல அரசு. வாழ்க்கை முழுக்க கஷ்டப்படச் சொல்லுதியா. கூன், குருடுன்னு ஏதோ உடம்பு ஒச்சம் உள்ளப் பொண்ண கட்டுனதா நான் நினைச்சுக்கிறேன். நீ சங்கடப்படாத”

பெருங்காற்று வீசியது. புதிதாய் வைத்திருந்த பூந்தொட்டி தரையில் சாய்ந்தது, அரசு அதை எடுத்து நேரே வைத்தான்.

“நான் கீழே போறேன். நீ வாறியா இல்ல இங்க இருக்கப் போறீயா”

இருவரும் கீழே இறங்கி வருவதை நெல்லையப்பன் பார்த்தார். சிறிது நேரம் அரசு உட்கார்ந்திருந்தான்.

“நான் கௌம்புறேன்”

“தம்பிக்குத் திருநீறுப் பூசிட்டுப் போங்க”

ஒரு பெண் குரல் கேட்டது.

“வசந்தா, அமுதவல்லியை வரச் சொல்லு”

அறையில் இருந்து வந்த இளம்பெண் சம்பந்தத்தின் அருகில் வந்து அமர்ந்தாள். திருநீற்றை எடுத்துத் தம்பிக்கும், தம்பி மனைவிக்கும் பூசினான்.

“இருந்து சாப்பிட்டுட்டுப் போகலாம்ல”

“பசியில்லை. நான் போரேன்”

பனிமயமாதா கோவிலின் அருகே நின்று கொண்டிருந்தான். சம்பந்தத்தைப் பற்றி நினைக்கையில் அரசுவிற்குக் கோபமாக வந்தது.

டுவிபுரத்தில் இருந்து குரூஸ் பர்னாந்து சிலை வரையிலும் நடந்தே வந்தான். திலகத்தைப் பார்க்கச் செல்லலாம் என லவ்லின் வீட்டிற்கு போன் செய்தான். திலகம்தான் போனை எடுத்தாள்.

“திலகம்”

“யாரு”

“நான் அரசு பேசுறேன்”

“அண்ணன் எப்படியிருக்க. நல்லா இருக்கியா”

“நான் ஊருக்கு வந்து இருக்கேன். உன்னைப் பார்க்கத்தான் வந்திட்டு இருக்கேன்”

எதிர் முனையில் சத்தமே இல்லை.

“திலகம் லைன்ல இருக்கியா”

“அண்ணன் நீ மாதா கோவிலுக்கு வந்துடுறீயா”

“ஏன்மா?”

“இல்ல இவுங்க வீட்டுல கெஸ்ட் வந்திருக்காங்க”

“நான் இன்னும் அரை மணி நேரத்தில் வந்துடுறேன். நீயும் வந்துடு”

“சரி அண்ணன்”

பேசிக்கொண்டே இசக்கியம்மன் கோவில் அருகில் வந்திருந்தான். ரஹ்மத்துல்லாபுரம் தெருவிற்குள் நுழைந்தவனை, ஆவுடைநாயக தாத்தா கையைப் பிடித்து இழுத்துப் போனார். வடக்கு ரத வீதித் தெருவே மாறிப் போயிருந்தது. கண்களை மூடிக் கொள்ளத் தோன்றியது. மனது படபடத்தது. நடை வலுவிழந்தது. மெல்ல வந்தவன் பத்துவீட்டுக் காம்பவுண்ட் வாசலில் நின்றான். உள்ளே சென்று நான்காவது வீட்டைப் பார்த்தான். வீடு விற்பனைக்கு என போர்டு போட்டிருந்தது. பாக்கியத்து ஆச்சி, மந்திரம் மாமா என எவரையும் காணவில்லை.

"என்ன வீடுப் பார்க்க வந்தீகளா, தம்பி" பக்கத்து வீட்டில் இருந்து ஒரு பெண் குரல் வந்தது. சாவியை எடுத்து வந்து கதவைத் திறந்தாள். அரசு உள்ளே சென்றான். அறம்வளர்த்தாள் அடுக்களையில் அமர்ந்து காய் நறுக்கிக் கொண்டிருந்தாள். கட்டிலில் படுத்திருந்த ஆவுடைநாயக தாத்தா இவனைப் பார்த்ததும் எழுந்து உட்கார்ந்து 'இந்தக் குடும்பம் எப்படி முன்னேற போகுதோ' என்று சொன்னார். புறவாசலில் பரமன் அடிபம்பில் தண்ணீர் அடித்துக்கொண்டிருந்தார். மச்சில் திலகமும், சம்பந்தமும் சண்டை போடும் சத்தம் கேட்டது. அரசு அப்படியே தரையில் உட்கார்ந்து வெகுநேரம் அழுதான்.

"பார்த்துட்டீகளா தம்பி"

கண்களைத் துடைத்துக் கொண்டு வீட்டை விட்டு வெளியே வந்தான்.

"கூடக் குறையன்னாலும் பேசி முடிச்சிடுங்க. இந்த வீட்டு ஓனர் சங்கரன் பிள்ளை ஆக்சிடன்டுல இறந்துட்டாரு. அவரு மகன் இந்த வீடு இராசி இல்லைன்னு கம்மி விலைக்குன்னாலும் வித்துடணும்னு அலையுறான். துட்டு இருந்தா சீக்கிரம் கிரையம் பேசி முடிச்சிடுங்க"

அவன் தலையை அசைத்துவிட்டு வந்தான்.

திலகம் மாதா கோவில் வாசலில் காரில் வந்து இறங்கினாள். பவுல்ராஜ் தான் அழைத்துக்கொண்டு வந்தார்.

"அங்கிள், நீங்க இங்க ஓரமா வெயிட் பண்ணுங்க நான் அண்ணன்கிட்டப் பேசிட்டு வந்துடுறேன்"

திலகம் வருவதைப் பார்த்த அவன் முன் வந்தான். அவள் நல்ல வளர்ந்து இருந்தாள். முகத்தில் ஏதோ குறை தென்பட்டது. அவனைப் பார்த்து அவள் வேகமாக வந்தாள்.

“அண்ணன் எப்படியிருக்க”

“நல்லா இருக்கேன் திலகம். நீ எப்படி இருக்க. லவ்லின் எப்படி இருக்கா. அங்கிள் ஏன் கார்லயே இருக்காரு”

“எல்லோரும் நல்லா இருக்கோம். நீ எப்போ வந்த. என்ன திடீர்னு”

“எல்லாம் இந்த சம்பந்தத்தால வந்தது. அயோக்கியப்பய. என்னப் பண்ணியிருக்கான் தெரியுமா”

“என்னாச்சு அண்ணன்”

அவன் திலகத்திடம் எல்லாவற்றையும் கூறினான்.

“பணத்துக்காக என்ன வேணாலும் பண்ணுவான் போல. இவன எல்லாம் தம்பின்னு சொல்லவே அருவருப்பா இருக்கு”

“விடு அண்ணன். அவன் சூழ்நிலை. வேற என்ன பண்ணுவான்”

“அப்படியில்லை திலகம். அவன் செஞ்சது நியாயமா? அம்மை இருந்தா விடுவாளா”

“நியாயம், தர்மம் எல்லாம் பார்த்தா பொழைக்க முடியாது அண்ணன். நீதி, நேர்மை, நியாயம்னு பேசுனா, பேசிக்கிட்டே இருக்கலாம். வயிறு நிறையாது. வாழ்க்கையில யாரும் எவ்வளவு நல்லது பண்ணி இருக்கீங்கன்னு கேக்குறது இல்ல. எவ்வளவு சொத்து இருக்கு, எவ்வளவு பணம் இருக்குன்னு தான் கேட்பாங்க”

“நீ என்ன அவனுக்கு சப்போர்ட் பண்ணி பேசுற. விட்டா நீயும் அவன மாதிரி ....”

“எஸ்தர்”

சத்தம் வந்த திசையில் திலகம் திரும்பினாள். பவுல்ராஜ் டீக்கடையில் நின்று கொண்டிருந்தார்.

“காபி, டீ எதுவும் வேணுமா”

“காபி குடிக்கியா அண்ணன்”

திருநாவுக்கரசு அவளது கழுத்தில் தொங்கியத் தங்கச் சங்கிலியின் சிலுவைக் குறியைப் பார்த்து திடுக்கிற்று நின்றான்.

“வேண்டாம் அங்கிள்”

அவள் அவன் கண்களைப் பார்த்து பேசுவதைத் தவிர்த்தாள்”

“திலகம் நீ......”

"ஆமா அண்ணன் நான் கிறிஸ்டியனா கன்வெர்ட் ஆயிட்டேன்" கையில் இருந்த அந்த ஒற்றை தோடினைப் பார்த்துக் கொண்டே பேசினாள்.

"என்ன பண்ண சொல்லுத. என்னோட லைப்பையும் பார்க்கணும் இல்ல"

"நீயும் தப்புதான் பண்ற திலகம்"

"சும்மா, சும்மா அதையே சொல்லாத. பணம் இல்லைங்கிற ஒரே காரணத்தினால தான் நம்ம வீட்டை வித்தோம். அம்மை நாலு வீட்டுல எச்சிப் பாத்திரம் தேய்ச்சா. நீ படிப்ப நிப்பாட்டிட்டு வேலைக்குப் போன",

"அம்மையும், தாத்தாவையும் நெனைச்சுப் பாரு திலகம். நியாயமாப் பாத்தா......"

"நிறுத்து. பசியோடு அழுதுக்கிட்டு இருக்கிறவனுக்கு நியாயம், தர்மம்னு உபதேசம் பண்ணுறவனை விடத் திருடினாலும் அவனோட பசியைப் போக்குறான் பாரு. அவன் தான் கடவுள். அதுதான் உண்மை. அது தான் நிஜம். அது மட்டும்தான் நிஜம்"

அவனிடம் அவளுக்குக் கூற பதிலில்லை. அவளும் சம்பந்தத்தைப் போல் முடிவினை எடுத்துவிட்டு நியாயங்களைக் கற்பித்துக் கொண்டிருந்தாள். அரசுவோ நியாயங்களில் இருந்து முடிவினைத் தேடிக்கொண்டிருந்தான், இன்றளவிலும்.

"அண்ணன் உன் கிட்ட இன்னொரு விஷயம்"

"லவ்லின் உன்னை ரொம்ப வருஷமா சின்சியரா லவ் பண்றா. உன்கிட்ட சொல்ல பயப்படுறா"

"............"

"நீ என்ன சொல்லுற"

"என்ன சொல்லணும்னு எதிர்பார்க்குற"

"அவளுக்கு என்ன குறை. பேசாம நீ அவளையே கல்யாணம் பண்ணிக்கோ. அவ உன் மேல உயிரையே வச்சிருக்கா"

"............"

"நம்ம வீடு விலைக்கு வருது. டௌரியா வாங்கித் தாரேன்னு அங்கிள் சொல்லச் சொன்னாரு"

"............"

"ஆள யாரயாவது பிடிச்சு உனக்கு நம்ம ஊர் ஹார்பர்ல

கவர்மென்ட் ஜாப் வாங்கித் தருவாராம்"

"........................."

"இந்தா"

அவள் ஏதோ ஒரு அட்டையை அவனிடம் நீட்டினாள்"

"அடுத்த மாசம் எனக்கு ஞானஸ்நானம்"

"........................."

"உனக்கு அப்ஜக்ஷன் இல்லையினா, நீ வா"

பவுல்ராஜ் அவர்கள் அருகில் வந்தார்.

"எஸ்தர், நீ கொஞ்சம் கார்ல இரு. நான் அரசு கூடப் பேசிட்டு வந்துடுறேன்"

அவள் கார் நிற்கும் இடத்திற்குப் போனாள்.

"நல்லா இருக்கியா அரசு. உங்க அப்பா எங்க இருக்காருன்னு தெரியுமா"

அரசு அவரை ஒருவாறாகப் பார்த்தான்

"இது அவர் உங்க வீட்டு அட்ரஸ்ஸுக்கு எழுதுன லெட்டர். படிச்சுப் பாரு. எஸ்தர் உன்கிட்ட எல்லாம் சொல்லியிருப்பா. நான் கம்பல் பண்ணல. இப் யூ விஷ் யூ வில் ஆல்வேஸ் வெல்கம். நான் வாரேன்"

அவனது கையில் கடிதத்தைக் கொடுத்துவிட்டுச் சென்றார்.

திருநாவுக்கரசு மாதா கோவில் வாசலில் அமர்ந்தான். பெருங்காற்று வீசியது. கையில் இருந்த கடிதம் காற்றில் பறந்து போனது. அவன் எடுக்கவில்லை. இனி அவன் எங்கே செல்வான். எவ்விடத்தில் தாமதிப்பான். தெரியவில்லை. பாடல் சத்தம் கேட்டது. அந்தக் குரல் அவன் இதற்கு முன் கேட்ட குரல். பரிச்சயப்பட்ட குரலாய்த் தெரிந்தது. அவன் பார்த்தான். அவர் பாடிக்கொண்டே சமுத்திரத்தினை நோக்கிச் சென்றார். அவன் எல்லாவற்றையும் விட்டு, எழுந்து, அவருக்குப் பின் சென்றான். பெருங்காற்று அடித்தபடியினாலே கடல் கொந்தளித்தது.

முற்றும்

தட்டழியும் சலதி